Igikomangoma mu butayu

Hari ubwoko bw'inyoni zihora zimuka bitewe n'ibihe,
nizera ko mu gucika kwe yajyanye na zo.

ANTOINE DE SAINT-EXUPÉRY

Igikomangoma mu butayu

Hamwe n'ibishushanyo by'abandi banditsi

Cyahinduwe mu Kinyarwanda
na
NDAYAMBAJE JEAN LÉONARD

Edition Tintenfaß

D-69239 Neckarsteinach / Germany
Tel. / Fax: +49 – 62 29 – 23 22
www.verlag-tintenfass.de
info@verlag-tintenfass.de

Cyatunganyijwe na: τ-leχιs · O. Lange, Heidelberg
Icapiro: Appel & Klinger, Schneckenlohe

ISBN 978-3-946190-53-0

Léon Werth

Iki gitabo nagituye umuntu mukuru, bityo ndasaba imbabazi abana. Mfite impamvu yumvikana yanteye kukimutura: yambereye inshuti magara. Impamvu ya kabiri: ni umuntu mukuru ariko yumva ibintu byose ndetse n'ibitabo bigenewe abana arabisoma akabyumva. Mfite n'indi mpamvu ya gatatu: mu minsi yabayeho, mu Bufaransa, yari mu bihe by'imbeho kandi ayibaho mu bukene, ashonje. Akwiye guhumurizwa! Niba izi mpamvu zose zitumvikana, iki gitabo ndagitura umwana yahoze ari we. Buri wese yigeze yaba umwana, nubwo benshi batajya babyibuka. Ku bw'izo mpamvu, reka nikosore:

Iki gitabo ngituye Léon Werth
akiri umwana.

UMUTWE WA MBERE

Kera nkiri muto, ku myaka itandatu, nabonye ishusho nziza mu gitabo cyitwa "*Histoires Vecues*" kivuga iby'ishyamba kimeza. Muri icyo gitabo harimo igishushanyo kigaragaza inzoka y'uruziramire igiye kumira akanyamaswa. Iyo kopi yo hejuru ni iy'icyo gishushanyo.

Muri icyo gitabo bavuga ko izo nzoka nini zitajya zikanjakanja ahubwo zimira bunguri hanyuma ntizishobore kunyeganyega, nuko zikaryama amezi atandatu igogorwa rikorwa.

Nafashe umwanya ntekereza cyane ku by'ishyamba n'ibiberamo, ubwo nibwo nashoboye gushushanya nkoresheje ikaramu y'igiti igishushanyo cya mbere. Icyo gishushanyo cyanjye cya mbere cyari kimeze gutya:

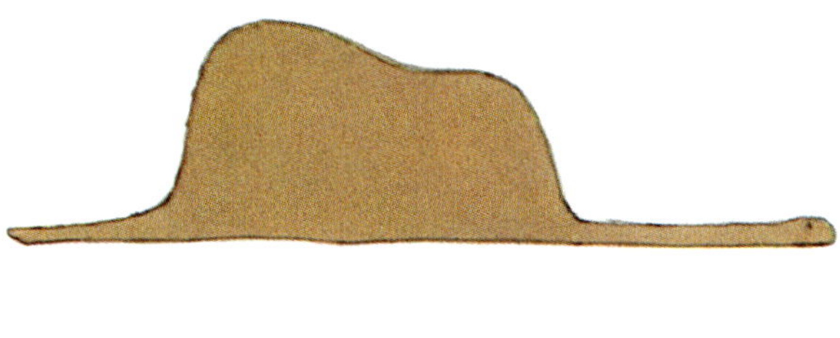

Iki gishushanyo nacyeretse umuyobozi wanjye ndetse n'abandi bantu bakuru, mbabaza niba igishushanyo nakoze kibateye ubwoba.

Baransubije bati: “Ingofero ishobora gukanga umuntu se?”

Igishushanyo nari nakoze ntabwo cyerekanaga ingofero, cyerekanaga uruziramire rwamize inzovu. Noneho nashushanyije ikindi kigaragaza inzovu iri mu nda y’uruziramire, ngo ahari wenda abantu bakuru bashobore gusobanukirwa kuko bahora iteka bakeneye ibisobanuro byimbitse. Igishushanyo nakoze bwa kabiri cyari kimeze gutya:

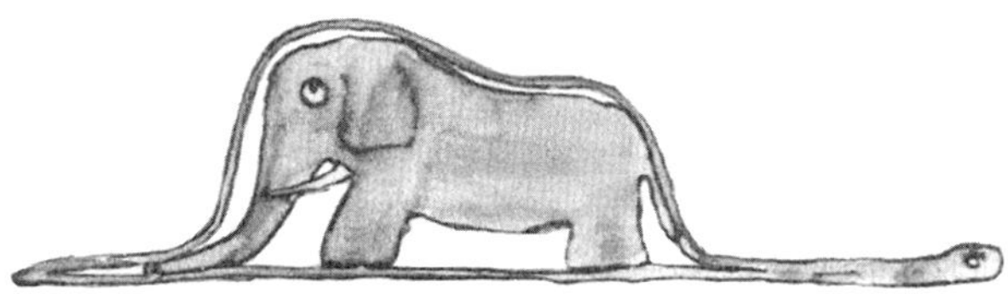

Nyuma yo kubona iki gishushanyo, abantu bakuru bangiriye inama yo kureka guta umwanya wanjye nshushanya inzoka nerekana n’ibyo zamize, ahubwo nkibanda ku bumenyi bw’isi, amateka, imibare ndetse n’ikibonezamvugo.

Nguko uko ku myaka itandatu naretse ibijyanye no gushushanya. Naciwe intege n’uburyo ibishushanyo byanjye bitatanze umusaruro mwiza. Abantu bakuru ntabwo bashobora kwisobanurira ibyo abana bakoze, bikananiza abana guhora batanga ibisobanuro bya buri kintu baba bakoze.

Byabaye ngombwa ko mpitamo undi mwuga. Nize gutwara indege. Mfashijwe n’ubumenyi bw’isi, nagiye mu bihugu byinshi ntwaye indege. No mu masaha y’ijoro nashoboraga kumenya Arizona n’Ubushinwa mu buryo bunyoroheye. Nk’iyo nza kuyoba ntwaye indege, ubwo bumenyi bwari kumfasha kumenya icyerecyezo.

Nungukiye byinshi muri ako kazi ko gutwara indege, namenyanye n’abantu b’ingirakamaro. Nabanye kandi n’abantu bakuru;

nababonaga iruhande rwanjye igihe cyose gusa ibyo ntacyo byahinduye ku myumvire yanjye.

Inshuro zose nahuraga n'umuntu mbona ko yaba afite imyumvire iteye imbere, umuntu washobora kumva neza ibintu, namwerekaga igishushanyo cyanjye cya mbere nari nkibitse ngo ndebe niba koko yashobora kugisobanukirwa. Ariko nawe yampaga igisubizo kivuga ngo: "Ndabona ari ingofero." Uwo sinabaga nkimubwiye iby'uruziramire, ishyamba kimeza cyangwa inyenyeri. Ahubwo nahitaga mubwira iby'imikino nka *golf* cyangwa umukino w'amakarita witwa *bridge* nkanabaganiriza ibya politiki ndetse n'iby'imyambarire igezweho nko kwambara karavati. Abantu bakuru bakunda ibiganiro nk'ibyo, bituma bumva ko bahuye n'umuntu ushyira mu gaciro.

UMUTWE WA KABIRI

Nabayeho njyenyine, nta muntu wo kuganira nawe kugeza ubwo nkoreye impanuka y'indege mu butayu bwa *Sahara*, hashize imyaka itandatu. Moteri y'indege yari yagize ikibazo. Nagombaga gukemura icyo kibazo njyenyine kubera ko nta mukanishi habe n'umugenzi twari turi kumwe. Ntabwo byari byoroshye. Amazi nari mfite yari ay'iminsi umunani gusa. Nari hagati y'urupfu n'umupfumu.

Ijoro rya mbere naryamye ku mucanga, nari ndi mu birometero byinshi uvuye ahatuwe. Nari njyenyine nk'ubwato hagati mu nyanja irimo umuraba. Mu gitondo kare kare natunguwe n'ijwi ridasanzwe rinkangura rimbwira ngo:

"Ndakwinginze nshushanyiriza intama!"

"Ugize ngo iki?"

"Nshushanyiriza intama!"

Nabaye nk'ukubiswe n'inkuba. Narahumbagujwe ndeba impande zose, hanyuma nditegereza neza.

Natunguwe no kubona agahungu kadasanzwe kampagaze iruhande kari kunyitegerezanya ubushishozi. Nashoboye kumushushanya, birumvikana namushushanyije nabi gusa namwe ntimwandenganya kuko naciwe intege n'abantu bakuru ubwo nari mfite imyaka itandatu, ibyerekeranye no gushushanya byahagaze ubwo.

Nitegerezanyije amatsiko uwo mwana muto. Namuhanze amaso nta guhumbya. Impanuka yari yabereye mu butayu kure cyane y'ahatuwe n'abantu. None dore mbonye umuhungu muto ugararagara rwose nk'udafite ubwoba na mba, nta kibazo cy'inyota afite kandi turi mu butayu, nta munaniro ndetse agaragara nk'udafite inzara. Nuko ndihangana ndarikocora nti:

"Urakora iki muri ubu butayu?"

Mu kunsubiza, yasubiyemo ya magambo nk'aho ibyo yavugaga byari bimuhangayikishije:

"Ndakwinginze nshushanyiriza intama."

Iyo uhuye n'ibintu bidasobanutse kandi ubona bikurusha imbaraga, uba ugomba kubaha utazuyaje. Nubwo numvaga ntabyumva neza kandi bitanasobanutse, ndi kure y'aho abantu batuye kandi ndi mu byago bigana ku rupfu, nasohoye ikaramu y'igiti n'urupapuro mu mufuka. Ubwenge bunyibutsa ko nize ibijyanye n'ubumenyi bw'isi, amateka, imibare n'ikibonezamvugo nuko mubwira ko ntazi gushushanya. Nawe aransubiza ati:

"Ntacyo bimbwiye. Icyo nshaka ni uko unshushanyiriza intama."

Ntabwo nari narashushanyije intama habe n'umunsi n'umwe. Nigiriye inama yo kumushushanyiriza uruziramire rwamize ikintu

Kera kabaye nashoboye gushushanya, uku ni ko namushushanyije.

kinini, ni cyo nari nshoboye gushushanya. Nuko ntangazwa n'ukuntu yahise yanga icyo gishushanyo yivuye inyuma; maze arambwira ati:

"Oya! Ntabwo nshaka uruziramire rwamize inzovu. Uruziramire ni inyamaswa y'inkazi, inzovu nayo ni nini cyane, iteye ubute. Aho nkomoka byose ni bito, nshushanyiriza intama ni yo nshaka."

Nuko ndashushanya.

Afata igishushanyo yitonze, hanyuma aravuga ati:

"Oya! Iyi ntama irarwaye, shushanya indi."

Ndongera ndashushanya:

Inshuti yanjye irongera yitegereza igishushanyo yitonze, hanyuma iramwenyura. Yasanga nk'ungiriye impuhwe kubera ko ntazi gushushanya:

"Nawe urabibona ko atari intama, ifite amahembe."

Ku yindi nshuro, ndongera ndashushanya.

Nk'ibindi bishushanyo nari nakoze, nacyo yaracyanze:

"Iyo irashaje rwose, kandi ndashaka intama izabaho igihe kirekire."

Ntabwo nari ngishoboye kwihangana, ariko kubera ubwira bwo gusana moteri y'indege, nashushanyije bya nikize.

Namweretse igishushanyo ari nako ngerageza kumusobanurira:

"Intama ushaka iri muri iyi karito."

Mbega ukuntu natunguwe no kubona mu maso hakeye h'umwana muto wahoze anenga ibyo nkora!

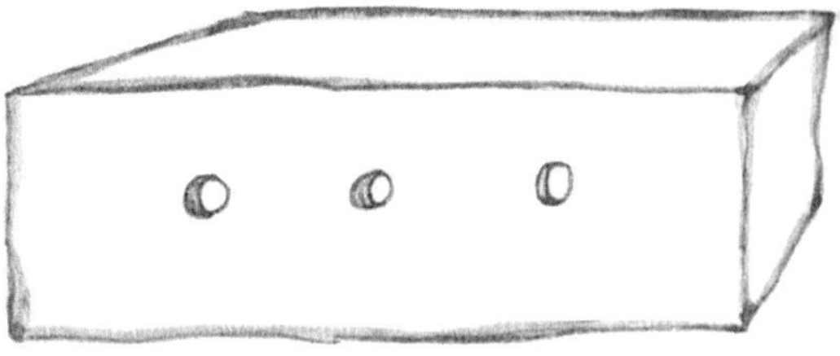

"Nta gushidikikanya ni uku nayishakaga! Uratekereza ko bizansaba ubwatsi bwinshi bwo kuyiha?"

“Kubera iki?”

“Kubera ko aho nturuka byose ari bito.”

“Nta kibazo rwose, ntabwo bizagusaba ubwatsi bwinshi. Naguhaye intama ntoya.”

Nuko yunama gato areba ya karito nashushanyije:

“Ngaho itegereze, mbega ukuntu ari gato! Karasinziriye.”

Nguko uko namenyaniye n’icyo gikomangoma mu butayu.

UMUTWE WA GATATU

Byantwaye igihe kinini kugira ngo nshobore gusobanukirwa naho akomoka. Uwo muhungu muto ntiyajyaga yumva ko hari icyo namubaza mu gihe we yahoraga ambaza ibibazo byinshi. Ibyo nashoboye kumumenyaho byose nabikuye mu magambo yamucikaga. Ubwo yabonaga indege yanjye, (natinye ko yansaba kuyishushanya kuko bigoye) yarambajije ati:

“Icyo kintu ni igiki?”

“Ni indege yanjye, iraguruka.”

Numvaga ntewe ishema no kumubwira ko njya ngendera mu kirere.

Mu kumva ibo atera hejuru:

“Ibyo bishoboka bite! Wavuye mu ijuru se?”

“Yego.”

“Biratangaje!”

Byaramusekeje cyane. Ibintu byanyongereye umubabaro. Numvaga nshaka ko

yumva kandi akita ku bibazo nari nahuye na byo. Nuko yongeraho ati:

“Bishatse kuvuga ko nawe wamanutse hejuru? Uturuka ku wuhe mubumbe?”

Icyo kibazo yambajije cyankanguye ubwenge, umucyo urasira ku mayobera yo kubaho kwe n’aho yaturutse. Nuko mubaza mukankamira nti:

“Uturuka ku wundi mubumbe utari uyu dutuyeho?”

Gusa nta gisubizo yampaye, ahubwo azunguza umutwe nk’umuntu uri gutekereza cyane ari nako yitegereza indege yanjye:

“Ni byo koko, biragaragara ko utaba waturutse kure ugendera muri iki kintu.”

Yasaga nk’umuntu wazimiriye mu nzozi zitarangira. Nuko afata ya ntama namushushanyirije arayitegereza, yari yayifashe nk’aho ari ubutunzi bukomeye.

Mushobora kumva ukuntu natunguwe kubera ko atashakaga kumpa amakuru arebana n’indi mibumbe. Ibyo byanteye gushaka kumenya byinshi:

“None se uturuka he muhungu muto? Iwanyu ni hehe? Ni hehe ushaka kujyana intama yanjye koko?”

Abitekerezaho maze aransubiza:

“Icyiza mbona ni uko aka gakarito wampaye kazajya kayibera inzu mu gihe cy’ijoro.”

“Cyane rwose. Uramutse umbereye umwana mwiza naguha ikiziriko n’inshimangizo kugira ngo uzajye uyizirika ku manywa.”

Igitekerezo cyo kuzirika intama cyabaye nk’ikimukomerekeje cyane:

“Kuyizirika? Mbega igitekerezo kibi!”

“Ariko umenye ko nutazayizirika izagenda aho yishakiye maze uyibure.”

Igikomangoma ku kigendajuru B 612

Arongera araseka.
“Ariko se urashaka ko ijya he!”
“Ahari ho hose. Ishobora kuzarorombereza ikagenda.”
Nuko asubizanya umutuzo, asa n’udatewe ubwoba n’ibyo:
“Ntacyo bivuze, aho mba ni hato ku buryo ntayibura.”
Afatwa n’agahinda ntazi aho gaturutse, yongeraho ati:
“Imbere yayo ntishobora kugera kure.”

UMUTWE WA KANE

Hari ikindi kintu cy’ingenzi namenye. Ni uko umubumbe akomokaho ari muto ku buryo uruta inzu ho gato!

Ntabwo byantunguye cyane. Nari nsanzwe nzi ko uretse imibumbe isanzwe izwi kandi ifite amazina nka Jupiteri, Marisi, Venusi n’Isi hari amagana y’imibumbe mito cyane iboneshwa ibyuma kabuhariwe mu kureba mu isanzure byitwa telesikope. Iyo umuhanga mu bumenyi bw’ikirere avumbuye umwe muri iyo mito cyane awuha inimero nk’izina. Urugero wenda akawita “ikigendajuru 3251.”

Hari impamvu yumvikana intera kwizera ko umubumbe aturukaho ari ikigendajuru

B 612. Uwo mubumbe wagaragajwe inshuro imwe mu 1909 n'umuhanga mu bumenyi bw'ikirere wo mu gihugu cya Turukiya.

Imbere y'inteko mpuzamahanga y'abahanga mu bumenyi bw'ikirere, uwo muhanga yerekanye ubuvumbuzi bwe. Ariko kubera imyenda isuzuguritse yari yambaye, nta n'umwe wizeye ibyo avuga. Abantu bakuru ni ko bateye.

Ku bw'amahirwe, ikigendajuru 612 cyaje kumenyekana bituma umunyagitugu w'umunyaturukiya ategeka uwo muhanga wakivumbuye kwambara nk'abanyaburayi. Uko ni ko ikigendajuru 612 cyongeye gusobanurwa imbere y'inteko mpuzamahanga y'abahanga mu bumenyi bw'ikirere. Mu mwambaro mwiza, umubereye, ibyo yavugaga byaremewe.

Kuba nababwiye iby'ikigendajuru ndetse nkanababwira nimero yacyo, ni ukubera abantu bakuru. Abantu bakuru bakunda imibare. Uramutse ubwiye abantu bakuru iby'inshuti nshyashya wungutse ntibakubaza iby'ingenzi. Ntibashobora kukubaza nibura ngo: "Ese ijwi rye rimeze gute? None se akunda gukina iki? Yaba akunda gukina n'ibinyugunyugu?" Ibiri amabwu bazakubaza ibibazo nk'ibi: "Afite imyaka ingahe? Afite abavandimwe bangahe? None se apima ibiro bingahe? Papa we ahembwa amafaranga angahe?" Ibyo babisubijwe ni bwo baba bumva ko hari icyo bamenye cyerekeranye nawe.

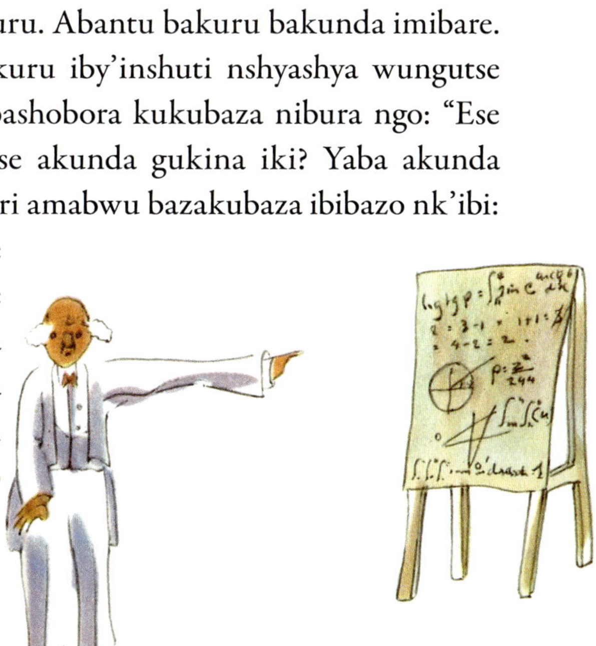

Uramutse ubwiye umuntu mukuru iby'inzu wabonye, uti: "Nabonye inzu nziza ifite amatafari afite ibara rya roze, ku madirishya yayo hari indabyo nziza zo mu bwoko bwa *geranium,* hejuru ku mabati hari inuma..." ntashobora kwiyumvisha neza uburyo iyo nzu ari nziza.

Ariko umubwiye uti: "Nabonye inzu nziza yuzuye itwaye miliyoni cumi n'umunani." Yatera hejuru ati:

"Mbega inzu nziza!"

Kubwira rero umuntu mukuru uti: "Igihamya cy'uko uwo mwana yabayeho ni uko yari afite igikundiro, ko yasekaga neza, ko yashakaga intama. Kuba ushaka intama ni ikimenyetso cy'uko uriho." Yaguseka cyane akagufata nk'aho uri umwana muto. Ariko uramutse umubwiye uti: "Umugabane yaturukagaho ni ikigendajuru 612." Yakumva anyuzwe ubundi akakureka ntakubaze ibibazo byinshi. Ni uko bateye, ntabwo twabibahora. Ku bw'ibyo, abana bagomba guhora biteguye kwakira iyo miterere y'abantu bakuru.

Ariko tebweho tuvuga ko dusobanukiwe n'ubuzima, hari ibyo tujya twirengagiza, urugero nk'imibare. Nakabaye naratangiye kwandika iki gitabo nk'ubara inkuru, ngatangira mvuga nti:

"Kera habayeho umwana w'umuhungu wari igikomangoma, yari atuye ku mubumbe muto cyane, yakwirwagaho wenyine. Uwo muhungu muto yashakaga inshuti..."

Abantu basobanukiwe neza n'icyo ubuzima ari cyo bakumva ko ibyo ari ukuri bagaha agaciro inkuru yanjye.

Ntabwo nigeze nshaka ko igitabo cyanjye gifatwa nk'icy'agaciro gake, nagaragaje umubabaro mwinshi mu kuvuga ibyo mwibukiraho. Ubu imyaka itandatu irashize inshuti yanjye yigendeye, ijyanye n'intama nayihaye. Kuba ndi kugerageza kuvuga uko yari ameze ni ukugira ngo ntamwibagirwa. Kwibagirwa inshuti biragatsindwa. Ntabwo ari buri wese wagize amahirwe yo kugira inshuti. Ndamutse rero nibagiwe inshuti yanjye naba mbaye nk'abantu bakuru baha agaciro imibare kurusha ibindi. Ng'iyo indi mpamvu yanteye kugura ibikoresho byo gushushanya nk'amakaramu y'ibiti n'amakaramu y'amabara. Ku myaka yanjye, itandatu, ntabwo byari byoroshye gutangira gushushanya; igishushanyo cyonyine nari narageragejе gukora ni uruziramire rwamize ikintu kigaragarira inyuma ndetse no kurushushanya ntagaragaza icyo rwamize.

Igishushanyo kigomba kuba gifite ubusobanuro, nari mfite icyizere cyo kuzabishobora gusa kubigeraho ntibyoroshye. Rimwe narashushanyaga ugasanga ni byiza ubundi ugasanga nta busobanuro bifite. Hari ubwo nagiye nibeshya ku ngano y'icyo gikomangoma kikiri gito. Ku gishushanyo kimwe ugasanga ni muremure ikindi ugasanga ni mugufi. Si ibyo gusa, hari ubwo nashidikanyaga ku mabara y'imyambaro ye nuko nkagerageza uko mbitekereza, hamwe ugasanga ni byiza ahandi ugasanga bigaragara nabi. Urebye, najyaga nibagirwa uduce tw'ingenzi, gusa ibyo si amakosa yanjye kuko inshuti yanjye itajyaga impa amakuru afatika ku byo nabaga nyibajije. Ahari wasanga yarakekaga ko ndi nka we, ikibabaje ni uko njye ntashobora kurebera mu myenge y'igikarito ndeba ko intama irimo imbere. Mu yandi magambo, nshobora kuba ndi mukuru. Wasanga ndi gusaza!

UMUTWE WA GATANU

Uko umunsi wahitaga ni ko nungukaga ibyerekeye umugabane akomokaho, uko yahavuye n'ibyo yanyuzemo mu rugendo rwe. Gahoro gahoro, bigoranye, mu magambo yavugaga namenyaga ikintu cy'ingenzi. Nguko uko namenye, ku munsi wa gatatu, ibitangaza by'igiti cy'inganzamarumbo cyitwa *baobab*.

Ubu nabwo, ku gitekerezo cy'intama, asa nk'ushidikanya arambaza ati:

“Ni ukuri koko intama zirya utwatsi duto?”

“Ni byo rwose.”

“Ibyo biranejeje!”

Ntabwo nasobanukiwe impamvu ari ingenzi kuba intama zirya utwatsi duto. Hanyuma arongera ati:

“None se zirya n’ibiti by’inganzamarumbo?”

Nafashe umwanya musobanurira ko *baobab* zihabanye cyane n’utwatsi duto. *Baobab* ni ibiti binini cyane ku buryo n’iyo wazana ishyo ry’inzovu ritarisha igiti kimwe cya *baobab*.

Iby’igitekerezo cy’ishyo ry’inzovu cyaramusekeje cyane.

“Uzizanye aho ntuye byasaba kuzigerekeranya, imwe hejuru y’indi...”

Mu mvugo y’ubwenge yongeraho ati:

“Ariko *baobab* nazo zitangira ari utwatsi duto.”

“Nibyo rwose. None se ni ukubera iki ushaka ko intama yawe izajya irisha *baobab* zikimera?”

Yatangajwe n’icyo kibazo nari mubajije, yashakaga kunyereka ko ari ibintu byumvikana. Byansabaga gutekereza cyane ngo mbashe kubyisobanurira.

Hari ibindi nize, namenye ko aho aturuka kimwe no ku yindi mibumbe, hari ibimera bifite ubumara n’ibindi bimera bidafite ubumara. Ku bimera bifite ubumara byeraho imbuto mbi naho imbuto nziza zikera ku bihingwa byiza. Igitangaje ni uko imbuto nziza n’imbi zitagaragara, imbuto zishyirwa mu butaka

zikamaramo igihe, kera kabaye zikamera. Iyo zikimera, zikiri ntoya, ziba zifite agashami gato.

Iyo agashami gatangiye kuba kanini ushobora kuzitandukanya, iyo usanze ari inziza ziribwa nka *radis* cyangwa indabo urazireka zigakura, ariko iyo usanze icyo kimera ari kibi uhita ukirandura byihuse ukimenya ko ari kibi.

Namenye ko aho aturuka haba imbuto mbi nyinshi, ibiti byo mu bwoko bwa *baobab*. Ubutaka bwose bwari bwuzuye ibyo bimera bibi. Ikibi cy'ibyo biti ni uko iyo utabifatiranye ngo ubirandure bikiri bito, bigakura ntiwashobora kubitema, igihe kiba cyararenze. *Baobab* zirabangama cyane iyo umubumbe ari muto nk'uwaho akomoka, usanga imyobo myinshi yaho bagiye bazirandura, ubutaka buba bwarasataguritse.

Yaje kumbwira ati: "Bisaba kwiha gahunda, iyo umaze kwisukura mu gitondo ugomba no gusukura aho utuye. Ni ngombwa kurandura *baobab* itandukaniro ryazo n'indabo rikigaragara, ni akazi gateye ubunebwe ariko katagoye."

Yarambwiye ati: "Ugomba kwiga gushushanya ibyo byose neza kugira ngo abana b'iwanyu bazashobore kumva neza uko bimeze. Bizababfasha umunsi umwe baramutse batembereye."

Arongera ati: "Rimwe na rimwe ushobora gusiba gukora icyo wagombaga gukora ukazaba ugikora undi munsi, ariko *baobab* yo ni icyago, ntabwo ugomba gutindiganya. Hari umububwe umwe nzi utuwe n'umunebwe, yirengagije kurandura utwatsi dutatu..."

Ngendeye ku byo yambwiye, nashushanyije uwo mubumbe. Birumvikana ko ntashatse gushushanya ngendeye ku bubi bw'ibyo biti, kuko si abantu benshi bazi ububi bwabyo; ariko kandi ingaruka zagera ku muntu waba yayobeye kuri uyu mubumbe muto zikwiye kwitonderwa. Ni muri ubwo buryo naje kwihanangiriza abana nti: "Mwitondere *baobab*!"

Nshushanya *baobab*, nageragezaga kuburira inshuti zanjye zitatinyaga kuyikoraho zinyuze hafi yayo nyamara zitazi ububi bwayo, nk'uko nanjye nabikoraga. Isomo nashakaga gutambutsa rirumvikana rwose.

Ushobora kwibaza uti: "Kubera iki nta bindi bishushanyo binini cyane bigaragara muri iki gitabo nka *baobab*?" Igisubizo cyahuranyije ni uko nabigerageje ariko bikananira, nari mfite ubwira bwo kwerekena ibyihutirwa.

Ubwoko bw'ibiti by'inganzamarumbo bita "Baobabs"

UMUTWE WA GATANDATU

Gahoro gahoro nagiye menya amwe mu mabanga yihishe inyuma y'ubuzima bwuzuyemo umubabaro wabayemo muhungu muto. Ibyishimo byawe wabiboneraga mu kwitegereza izuba rirenga. Ibyo na byo nabimenye mu gitondo cy'umunsi wa kane ubwo wambwiraga uti:

"Nkunda kureba izuba rirenga, ngwino tugende kureba…"

"Ariko tugomba gutegereza…"

"Dutegereza iki se kandi?"

"Dutegereza igihe izuba rirengera."

Bwa mbere wabaye nk'utangaye, ubundi uriseka nuko urambwira ati:

"Numvaga ko ndi mu rugo!"

Ubusanzwe, twese tuzi ko iyo ari saa sita z'amanywa muri leta zunze ubumwe za Amerika, izuba riba rirenze mu Bufaransa. Uramutse ushoboye kugera mu Bufaransa mu gihe kingana n'umunota umwe, ushobora kureba izuba rirenga. Gusa ibyo ntibishoboka, kubera ko Ubufaransa buri kure ya leta z'unze ubumwe za Amerika. Ariko aho utuye ku mubumbe muto cyane, muhungu muto, byagusaba kwimura intebe mu ntambwe nke cyane maze ukajya witegereza uko ubishatse izuba rirenga, mu kabwibwi.

"Umunsi umwe nabonye izuba rirenga inshuro mirongo ine n'eshatu!"

Mu kanya gato wongeraho ati:

"Uzi n'ikindi, iyo umuntu ababaye akunda kureba izuba rirenga."

"Wari wababaye cyane wa munsi warirebye inshuro mirongo ine n'eshatu?"

Ariko ntacyo yansubije.

UMUTWE WA KARINDWI

Ku munsi wa gatanu, tuganira na none ku byerekeye intama, namenye irindi banga mu buzima bwe. Nta gusasira ikibazo cye, ahutiraho nk'aho yari amaze igihe abitekerezaho, arambaza ati:

"Niba intama zirisha utwatsi duto, bivuze ko zirisha n'indabo?"

"Intama irisha ibyo ihura na byo byose."

"Zishobora kurisha n'indabo zifite amahwa se?"

"Cyane rwose. N'iyo zaba zifte amahwa."

"None se ubwo amahwa yaba azimariye iki?"

Nta gisubizo nari mfite. Nari mpugiye mu gufungura ivise yari ikanyagiye kuri moteri y'indege. Nari mfite impungenge ko ikibazo cyari muri moteri cyari gikomeye, ikindi kandi amazi yo kunywa yari yashize kandi ndi mu butayu. Ibyo byose byanteraga ubwoba.

"Amahwa amaze iki?"

Iyo yabazaga ikibazo ntiyatuzaga kidasubijwe. Ivise yari yanteshеje umutwe nuko musubiza ibyo mbonye, ntatekereje ku kibazo.

"Ntacyo amaze, ni ayo kugirira nabi abantu gusa!"

"Mbega!"

Hashize umwanya ntawe uvuga. Hanyuma, asa nk'utanyuzwe n'ibyo mvuze, ati:

"Ntabwo nakwizera. Indabo ni ibiremwa by'ibinyantege nke, byishyira mu mutuzo, ntawe bibangamira. Ariko byizera ko amahwa ari yo ntwaro bifite."

Ubu nabwo, nta gisubizo namuhaye. Ahubwo ndibwira nti: "Iyi vise nikomeza kwanga gufunguka ndifashisha inyundo nyihonde ifunguke." Umuhungu ntiyatumye nkomeza gutekereza ibyo:

"None se wowe ukeka ko indabo..."

"Oya!" Ntera hejuru, "oya rwose ntacyo nkeka, ibyo nakubwiye sinzi ibyari byo, sinari nabitekereje. Mfite ibintu bikomeye bimpugije."

Amera nk'ukubiswe n'inkuba, andeba atavuga.

"Ibintu bikomeye!"

Aranyitegereza; inyundo mu ntoki, intoki zisa umukara zandujwe n'amavuta yo muri moteri, nunamye hejuru y'ikintu kitamuhaye agaciro.

"Uri kuvuga nk'abantu bakuru!"

Ikimwaro kiramfata. Nk'aho ntacyo bimubwiye yongeraho ati:

"Wowe uri kwitiranya ibintu, uri kubivanga rwose!"

Byaramubabaje cyane. Azunguza umutwe, ku mutwe we hariho imisatsi myiza umuntu yavuga ko isa na zahabu. Akomeza agira ati:

"Nzi umubumbe wari utuyeho umuntu wakundaga kwitiranya icyiza n'ikibi. Ntabwo yigeze ahinga indabo ngo yumve impumuro zazo. Ntiyigeze afata umwanya ngo yitegereze inyenyeri habe n'umunsi n'umwe. Nta nubwo yakundaga abantu. Mu buzima bwe yahoraga mu mibare, guteranya, kwiyongera. Nk'uko nawe umeze, buri munsi yiririrwaga asubiramo amagambo amwe, agira ati: "Ndahuze! Ndahuze! Hari ibyo ndi gukora." Nuko ibyo bikamutera kwirata. Igitangaje ntabwo ari umuntu ni igihumyo."

"Iki?"

"Igihumyo."

Afatwa n'agahinda gakabije.

"Hashize imyaka myinshi indabo zimera amahwa; ni imyaka myinshi kandi intama zirisha indabo. Si ingenzi rwose kugerageza kwiyumvisha impamvu indabo zimera amahwa kandi nta kamaro kayo? Ni nyungu ki iri mu gukimbirana hagati y'indabo n'intama? Bimeze nk'ubwirasi bw'igihumyo, hari icyo bimaze? Njyewe nzi ururabo rwihariye, ruboneka ku mubumbe ntuyeho honyine, kandi rushobora kuribwa byihuse n'agatama kibwira ko kari kurisha bisanzwe; none uratekereza ko kubitekereza byo nta kamaro bifite!?"

Mu maso he harahinduka bitewe no kwibaza ibyo. Arakomeza agira ati:

"Habaye hariho umuntu ukunda ururabo, urwo rurabo rukaba ruri ahantu ku nyenyeri imwe mu mamiliyoni menshi yazo, ashimishwa no kwitegereza inyenyeri. Iyo azireba aribwira ati: "Ururabo rwanjye

ruri muri imwe muri ziriya nyenyeri." Ariko byamera nk'aho inyenyeri zose zizimye intama iramutse irishije urwo rurabo. None uratekereza ko ibyo atari ingenzi!"

Amagambo yasaga nk'amushiranye, nta cyo kongeraho yari afite. Atangira kunihishwa n'agahinda. Ijoro ryari riguye. Najugunye hasi ibyo nari mfite mu ntoki. Sinari nkitaye ku byo nakoraga, inyota ndetse no kuba napfa ntacyo byari bikimbwiye nyuma y'ibyo yari amaze kumbwira byose. Yambwiye iby'inyenyeri, umubumbe atuyeho, uwo yakekega ko naturutseho, ndetse n'Isi. Gusa ntacyo byari bimbwiye, numvaga ko ngomba kumuhumuriza.

Namufashe mu maboko, mwiryamishaho maze ndamubwira nti: "Ururabo ukunda ntabwo ruri mu mazi abira, nta kizarubaho... nzagushushanyiriza agapfukamunwa kugira ngo intama itazarurya... nzagushushanyiriza uruzitiro rwo kuzitira ururabo...nza..." Mu by'ukuri, sinari nzi ibyo namubwiraga ngo bimuhumurize. Numvaga meze nk'ikiburaburyo. Sinari nzi icyo nakora ngo nongere mwireherezeho, twongere tuganire nk'inshuti. Mbega ahantu hadasanzwe, igihugu cy'amarira!

UMUTWE WA MUNANI

Naje kumenya iby'urwo rurabo mu buryo burambuye. Ku mubumbe yari atuyeho hahoze hamera indabo zisanzwe, zishamikiye ku murongo umwe, zidatwara umwanya munini kandi zitagize uwo zibangamira. Mu gitondo zikaraba, nijoro ugasanga zahwereye. Bihabanye n'izo, ururabo rwe rwameze umunsi umwe, ntiyigeze amenya uwazanye urubuto. Mu kumera, akajya yitegereza icyo kimera gifite umugondoro utandukanye n'iyindi. Yibwiraga ko ari ubwoko bushya bwa *baobab*.

Bidatinze, icyo kimera kidasanzwe nticyongera gukura ahubwo kizana ururabo. Umwana wari wariboneye icyo kimera kirabya ntiyashidikanyaga ko kizavamo ikimera cy'igitangaza. Mu ibara ry'icyatsi kibisi, ururabo rukura ruba rwiza kurushaho. Mu kurabya, rwahitagamo amabara atandukanye kandi abereye ijisho. Amababi, rimwe ku rindi, yazaga gahoro gahoro atipfunyaritse nk'aya *coquelicot*. Rwashakaga kugaragara icyarimwe mu bwiza bwarwo. Mbega uburyo rwari ikimera gifite ubwiza burangaza! Ubwiza bwarwo si ubwako kanya.

Igihe kimwe, mu museke, ururabo ruba rurameze.

Nyuma y'igihe kitari gito ururabo rwamaze rwitegura, rubumbura amababi, ruti:

"Ntabwo ndarabya neza, unyihanganire, amababi ntabwo atunganyije neza."

Aratangara cyane maze ananirwa kwifata. Ati:

"Mbega ukuntu uri mwiza!"

"Uravugisha ukuri?" Ururabo rusubizanya ubwitonzi. "Ubwo izuba ryarasaga nibwo nanjye narabije."

Yasobanukiwe neza uko ruteye, ntabwo rworoheje gusa ruteye amabengeza, ruteye ibyishimo.

Mu kanya gato rwongeraho ruti:

"Ndakeka isaha zo gufata ifunguro rya mu gitondo igeze, niba ufite ubumuntu kandi wantekerejeho bihagije…"

Yumiwe, afata igikoresho cyo kuhira ashyiramo amazi meza, ajya kurwuhira.

Nuko rwa rurabo rutangira guhangayikishwa n'uburyo amahwa yarwo ntacyo amaze, ko rudashobora kwirwanaho. Ibyo rwabivuze rumuganiriza iby'amahwa yarwo, ruti:

"Urusamagwe rushobora kuza. Rufite amajanja akomeye!"

"Nta nyamaswa ziba hano," ahakanya ururabo yihuse. "Ikindi kandi urusamagwe ntirurya ibyatsi."

"Ntabwo ndi icyatsi," ururabo rusubizanya ubwitonzi.

"Ugize ngo iki?"

"Si ikibazo cyo gutinya urusamagwe. Ubwoba mfite ni ubw'uko zishobora kungeraho nta ngorane. Ufite ibibaho binini byo gukinga?"

"Ubwoba bw'umutekano muke...ntibisanzwe ku bihingwa. Nta gushidikanya uru rurabo ruragoranye!"

"Ijoro nirigwa untwikirize ikirahure kinini. Aha hantu harakonje cyane. Aho nkomoka..."

Aruca mu ijambo. Urwo rurabo ntabwo rwagemuwe ruvuye ahandi, ni urubuto bateye bityo ntahandi ruzi. N'isoni nyinshi rutewe no kubeshya, rwikoroza ubugira gatatu mu rwego rwo kumwemeza ibinyoma.

"Bya bibaho binini byo gukinga..."

"Ngiye kubishaka."

Rurongera rurikoroza ngo rumutere agahinda no kwicuza.

Nubwo yari yakunze ururabo, yatangiye kurushidikanyaho. Yari yakomeje kumva ibyo rwamubwiraga byose, akabiha agaciro gusa byari bimaze kumurambira ku rwego rwo kumubabaza.

Nk'inshuti ye, yaje kumbwira ati: "Ntabwo nakabaye narategeye amatwi ibyo rwambwiraga byose, nta mpamvu yo gutega amatwi indabo. Wakwishimira kuzireba ukanihumuriza impumuro yazo gusa. Ururabo rwanjye rwazanye impumuro nziza aho ntuye ariko ntabwo nabyishimiye cyane kubera ko rwansabaga byinshi. Inkuru y'amajanja y'urusamagwe yo yatumye ntatekana, intwara ibyishimo byanjye."

Arongera arambwira ati: "Mu by'ukuri ntabwo nashoboye gusobanukirwa na buri kintu rwambwiraga. Gusa nasanze ntari nkwiye guca urubanza nshingiye ku magambo rwambwiraga, ahubwo nkagendera ku bikorwa kuko rwampumuriraga neza maze umucyo ugataha mu mutima wanjye. Ntabwo nari nkwiye kurusiga rwose, ahubwo nakabaye nararebye ibyiza byihishe inyuma y'uburyarya. Indabo zirahindagurika. Gusa nari nkiri muto cyane ku rwego rwo kurukunda uko bikwiye."

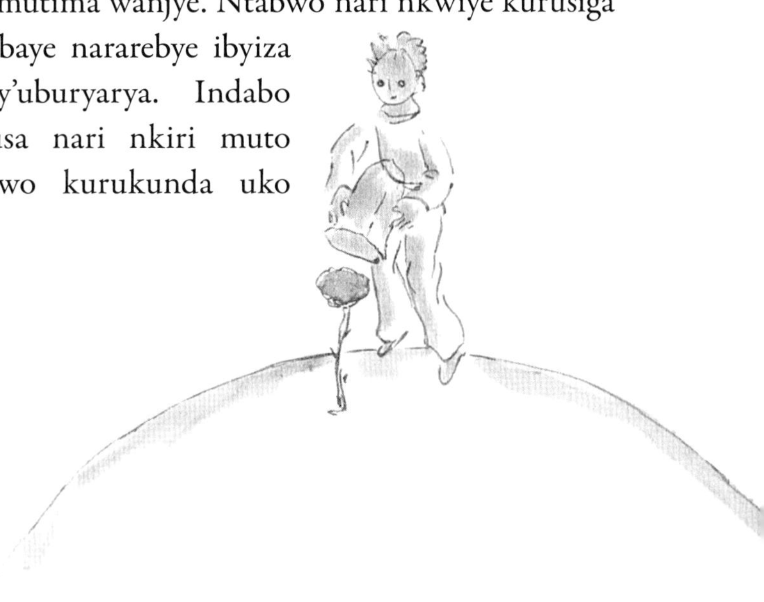

Hari ubwoko bw'inyoni zihora zimuka bitewe n'ibihe, nizera ko mu gucika kwe yajyanye na zo. Umunsi agendaho, mu gitondo yabanje gusukura aho atuye.

Asukura neza imyenge y'ibirunga bibiri bitazimye, icya gatatu cyo cyari cyarazimye. Ibyo birunga bibiri ni byo byamufashaga guteka ifunguro rya mu gitondo. Nuko asukura umwenge w'ikirunga cyazimye kuko yibwiraga ati: "Ntawamenya!" Iyo ibirunga bisukuwe imyenge yabyo neza bikomeza kwaka nk'uko bisanzwe maze ntihabeho kuruka. Kuruka kw'ibirunga ni nk'umuriro ugurumana uzamuka mu myenge yabugenewe. Hano ku isi abantu turi bato cyane ku rwego rw'uko tudashobora guhanagura imyenge y'ibirunga, birashoboka ko yaba ari yo mpamvu ibirunga bihora biduteza ibibazo mu gihe habayeho kuruka.

Hanyuma, n'agahinda, arandura *baobab* zameraga. Yumvaga atazongera kuhagaruka ukundi. Imirimo yakoze muri icyo gitondo cya nyuma yaramunejeje cyane. Ubwo yajyaga kuhira ururabo bwa nyuma anitegura kurutwikiriza inkangara ikoze mu kirahuri, amarira amuzenga mu maso.

"Urabeho!" Asezera ururabo.

Ariko ntirwasubiza.

"Urabeho!" Asubiramo bwa kabiri.

Ururabo rurakorora, ariko ntabwo byari ukubera uburwayi.

"Narakurakariye." Kera kabaye ruramusubiza, "ndagusaba imbabazi. Gerageza wishime..."

Atungurwa no kumwa ururabo rutamubaraho ikosa ryo kurusiga rwonyine. Asa nk'uguye mu kantu, arahagarara, afashe ya nkangara y'ikirahure mu ntoki. Ntiyiyumvishaga impamvu y'uwo mutuzo.

Asukura neza imyenge y'ibirunga bibiri bitazimye.

"Ariko ndagukunda rwose!" Ururabo ruravuga. "Ni ikosa ryanjye kuba utari ubizi. Gusa ibyo ntacyo bimaze. Ariko rero wandushije uburakari. Gerageza wishime...inkangara yihorere, ntayo ngikeneye."

"Ariko umuyaga..."

"Ntabwo ubukonje bumpungabanya, umwuka w'ijoro ungwa neza. Ndi ururabo."

"Ariko inyamaswa..."

"Ntabwo utinya ibinyabwoya iyo ukunda ibinyugunyugu. Bigaragara ko ari byiza. Bitabaye ibyo se ni nde wazajya unsura? Wowe uzaba uri kure yanjye. Inyamaswa zo ntabwo nzitinya, nanjye mfite amajanja."

Nuko runyereka, n'isoni nyinshi, amahwa ane.

Rwongeraho ruti:

"Wibabara, wimera utyo rwose ntacyo bimaze. Ni wowe wahisemo kugenda, ngaho genda."

Ururabo rwaramwuhuye kuko rutashakaga ko arubona rurira. Ni ururabo rwiyumvamo ubushongore.

UMUTWE WA CUMI

Nyuma yo kuva aho yari atuye, yisanze mu gace k'ibigendajuru 325, 326, 327,

328, 329 na 330. Kimwe ku kindi, atangira kubisura mu rwego rwo gutembera no gushaka kongera ubumenyi.

Ikigendajuru cya mbere cyari gituwe n'umwami. Mu myambaro ya cyami y'amabara meza n'igishura kirekire, yicaye ku ntebe ya cyami, yoroheje gusa igaragaza icyubahiro.

“Dore umuntu araje.” Umwami atera hejuru abonye igikomangoma.

Aribaza ati:

“Ko atigeze ambona amenye ate?”

Ntiyigeze amenya ko imbere y’umwami abantu bose ari kimwe. Umwami yoroshya ibintu.

N’ishema ryinshi atewe no kuba ari umwami wa buri wese ati:

“Igira hino aho nshobora kukwitegereza neza.”

Araranganya amaso ashaka aho yakwicara, ariko ahantu hose hari hazengurutse igishura cy’umwami bityo ahitamo kugumya ahagaze. Umunaniro yari afite umutera kwayura.

Umwami ati:

“Kirazira kwayura uri imbere y’umwami. Ntuzongere ndakubujije!”

“Ntabwo nabyibuza,” yumiwe, “nakoze urugendo rurerure kandi sinigeze nsinzira...”

“Noneho ngutegetse kwayura. Hashize imyaka myinshi ntabona umuntu wayura kandi mba mfite amatsiko yo kumubona. Ngaho bikore, ni itegeko ry’umwami.”

“Binteye ubwoba...ntabwo naba nkibishoboye.”

Umwami asubizanya igihunga: “Ngaho noneho ayura, ubundi...”

Asukiranya amagambo, asa nk’ubuze icyo avuga.

Umwami ntakunda ko hari unyuranya n’itegeko rye, ntakunda agasuzuguro. Yategekaga wenyine, gusa kubera ko ari umwami mwiza, yatangaga amategeko atagoye kandi yumvikana.

Ni uko ati:

“Iyo ntegetse umujenerari ngo yihindure nk’inyoni yo mu mazi hanyuma ntabyubahirize, ntabwo aba ari ikosa rye ahubwo aba ari ikosa ryanjye.”

"Nshobora kwicara?" N'ubwoba bwinshi.

"Ndagutegetse icara!" Umwami aramusubiza.

Akurura igishura cye, arakirundarunda ngo ako gahungu gato kabone aho kicara.

Umuhungu aratangara, aribaza ati: "Uyu mubumbe ni muto cyane, umwami ategeka he?" ni uko ati:

"Nyakubahwa! umbabarire kukurogoya, ngire icyo nkwibariza..."

"Ntanze itegeko, mbaza!"

"Nyakubahwa! Mutegeka hehe?"

Atuje, amutungira urutoki aho yicaye, anamwereka ku yindi mibumbe ndetse n'inyenyeri.

"Hose hose?"

"Hose hose." Umwami arasubiza.

Nubwo yategekaga wenyine ariko amategeko ye yageraga hose kuri bose.

"N'inyenyeri zirakumvira?"

"Cyane rwose! Na zo ziranyumvira. Ntabwo njya nihanganira ubwigomeke."

"Mbega byiza!" Anezezwa no kumva umuntu ufite ubutware nk'ubwo. Kuri we, iyo aza kuba afite ububasha nk'ubw'umwami yari kureba izuba rirenga adatirimuye intebe, inshuro nyinshi nawe atashobora kubara; mirongo ine ntizihagije, mirongo irindwi n'ebyiri, ijana ndetse na magana abiri ntizaba zihagije! Agahinda atewe no kwibuka ko atakiri imuhira kamutera kugira icyo asaba umwami:

"Ndashaka kureba izuba rirenga...ndakwinginze tegeka izuba rirenge."

"Ndamutse ntanze itegeko ku mujenerari ryo kugurukira ku ndabo nk'ikinyugunyugu cyangwa nkamubwira guhimba inkuru

irangira ibabaje, cyangwa nkamutegeka kwihindura inyoni yo ku mazi, nuko ntabikore; ari njye na we ni nde waba ari mu makosa?"

"Yaba ari wowe nyagasani!"

"Icyo uragikoze! Ni ngombwa gusaba umuntu gukora icyo ashoboye. Amategeko agomba kuba aboneye. Uramutse utegetse abaturage bawe kwiroha mu nyanja, bakwivumbagatanya. Mfite uburenganzira bwo kubasaba kunyumvira kubera ko amategeko yanjye aboneye."

"Bivuze ko kureba izuba rirenga." Amwibutsa ikibazo yamubajije.

"Humura uzaribona rirenga! Nzaritegeka. Gusa ngomba gutegereza ko igihe kigera."

"Kizagera ryari?" Abazanya amatsiko.

"He! He!" Umwami abanza kureba ku ndangaminsi. "Bizaba... reka ndebe neza...iri joro ahagana saa kumi n'imwe na mirongo ine. Uraza kwirebera ukuntu riri bunyumvire!"

Arongera arayura. Yicuza ukuntu ahombye kureba izuba rirenga. Ikindi kandi yari atangiye kurambirwa. Abwira umwami ati:

"Ndumva ntacyo ngikora hano, ndashaka kugenda."

Umwami wari wishimiye kubona umuntu wo kuba ari kumwe na we, aramubwira ati:

"Ndakwinginze wigenda! Nzakugira minisitiri."

"Minisitiri w'iki?"

"Minisitiri w'ubutabera!"

"Kandi nta muntu wo gucira urubanza!"

Umwami aramusubiza ati:

"Ntawamenya! Ntabwo ndafata umwanya ngo ngendagende igihugu cyose. Ndashaje cyane; ikindi nta n'umwanya uhagije wo kubikamo ingobyi, byangora kugenda n'amaguru."

"Nitegereje neza, nta wundi muntu utuye hano."

Umuhungu arunama ngo yongere arebe neza ku rundi ruhande rw'umubumbe, nuko ati: "Nta muntu uhari rwose!"

Umwami aramusubiza ati:

"Ariko ushobora kuzajya wicira urubanza wowe ubwawe. Ni byo bigoye. Biragoye kwicira urubanza kuruta kurucira abandi. Uramutse ushoboye kwicira urubanza rutabera waba uri umunyabwenge."

"Ntabwo nkeneye gutura hano kugira ngo nshobore kwicira urubanza. Nabishobora aho naba ndi hose."

"He! He!" Umwami aramusubiza. "Ndakeka ko kuri uyu mubumbe hari imbeba ishaje, njya nyumva mu ijoro. Ushobora kuzayiburanya maze ukayikatira igihano cyo gupfa. Kubaho kwayo kwazaterwa nawe, ushatse wazanayibabarira. Ni yo yonyine iba hano."

"Ntabwo nkeneye gutanga igihano cyo gupfa. Ndizera noneho ari igihe cyo kugenda."

"Oya wigenda." Umwami aramwinginga.

Yari yarangije kwitegura kugenda, yumvaga adashaka kugumya guterana amagambo na we.

"Nyagasani, ubaye ukeneye ko nkubaha wakampaye amategeko aboneye. Urugero, wakantegetse kutamara n'umunota umwe hano. Ndumva rwose iryo tegeko ryaba riziye igihe."

Umwami ntiyagira icyo yongeraho. Umuhungu abanza gushidikanya, aririuhutsa, aramusezera aragenda.

"Nzakugira ambasaderi..." Umwami amubwira mu mvugo isa n'itegeka.

Agenda yivugisha:

"Abantu bakuru baratangaje rwose, ntibasanzwe!"

Umububumbe wa kabiri wari utuwe n'inkorabusa y'umwirasi. Akibona igikomangoma atera hejuru ati:

"Dore umuntu uje kundamya!"

Abirasi bahora biyumva ko bari hejuru y'abandi, ko bagomba kuramywa.

"Mwiriwe!" Aramusuhuza. "Ingofero yawe iratangaje!"

"Iyi ngofero yanjye iba iri gusuhuza abantu." Aramusubiza. "Ikimbabaza ni uko nta muntu ujya unyura hano."

"Koko se?" Asa nk'udasobanukiwe neza.

"Koma amashyi. Ni yo nama nakugira."

Akoma amashyi, undi nawe akuramo ingofero mu rwego rwo kumusuhuza.

“Ibi biratangaje kuruta uruzinduko nagiriye ibwami!” Yivugisha. Akomeza gukoma amashyi ari nako umwirasi akuramo ingofero amusuhuza.

Ibyo yabyitoje iminota itanu yose. Yumva arambiwe uwo mukino udahinduka. Aramubaza ati:

“Hakorwa iki ngo iyo ngofero yiture hasi?”

Ariko umwirasi ntiyamwumva. Yumva ibisingizo byonyine.

“Mbwira, koko urabona ndi igitangaza?”

“Kuba igitangaza bishatse kuvuga iki?” Aramubaza.

"Bishatse kuvuga ko ari njye muntu mwiza, wambara neza, w'umukire kandi uzi ubwenge kurusha abantu bose batuye kuri uyu mubumbe."

"Ariko utuye wenyine kuri uyu mubumbe!"

"Mbabarira byibuze uvuge ko ndi igitangaza, byatuma nishima."

"Ngaho uri igitangaza!" Azamura intugu nko kwerekana ko ntacyo bimubwiye. "Ubwo se ibyo birakumarira iki?"

Nuko arigendera.

"Ariko se abantu bakuru babaye bate? Nta gushidikanya baratangaje!" Agenda yivugisha mu nzira wenyine.

UMUTWE WA CUMI NA KABIRI

Undi mubumbe yagezeho yasanze utuweho n'umusinzi. Urwo ruzinduko rwabaye rugufi cyane gusa rwamusigiye agahinda gakomeye.

Umusinzi yari yicaye, imbere ye hari amacupa yuzuye inzoga n'andi macupa yashizemo inzoga, nuko aramubaza ati:

"Urakora iki aho?"

N'agahinda kenshi aramusubiza ati: "Ndi kunywa inzoga."

"Kubera iki uri kunywa inzoga?"

"Kugira ngo nibagirwe."

Amugirira impuhwe. Ni ko kongera aramubaza ati:

"Kugira ngo wibagirwe iki?"

Yubitse umutwe, ati: "Kugira ngo nibagirwe ko mfite isoni!"

"Isoni z'iki se?" Amutitiriza nk'uwashakaga kumufasha.

"Isoni z'uko ndi kunywa inzoga!"

Nuko umusinzi aricecekera.

Arashoberwa, iby'uwo musinzi bimubera ihurizo. Amusiga aho arigendera.

"Ariko se abantu bakuru babaye bate? Nta gushidikanya baratangaje!" Agenda yivugisha mu nzira wenyine.

UMUTWE WA CUMI NA GATATU

Umubumbe wa kane wari utuweho n'umunyemari. Yasanze ahuze cyane ku buryo atanubuye umutwe ubwo yari ahageze.

"Mwiriwe!" Aramusuhuza. "Isigara yawe yazimye."

"Gatatu guteranyaho kabiri ni gatanu. Gatanu guteranyaho karindwi ni cumi na kabiri. Cumi na kabiri wongeyeho gatatu bihwana na cumi na gatanu. Mwiriwe! Cumi na gatanu wongeyeho karindwi bingana na makumyabiri na kabiri. Makumyabiri na kabiri wongeyeho gatandatu bingana na makumyabiri n'umunani. Nta mwanya mfite wo kongera kurikongeza. Makumyabiri na gatandatu wongeyeho gatanu bingana na mirongo itatu na rimwe. Ahwiiii! Byose hamwe bingana na miliyoni magana atanu n'imwe ibihumbi magana atandatu makumyabiri na bibiri na magana arindwi mirongo itatu na rimwe.

"Miliyoni magana atanu z'iki?"

"Eh! Ese uracyari aho? Miliyoni magana atanu n'imwe zaaa... ntabwo nkibyibuka...mfite akazi kenshi pe! Ndahuze cyane, mfite byinshi byo gukora! Ntabwo njye njya mfa guta umwanya wanjye mu bitampaye agaciro! Kabiri guteranyaho gatanu bingana na karindwi..."

"Miliyoni magana atanu n'imwe z'iki?" Arongera amusubiriramo ikibazo. Ntabwo yajyaga anyurwa keretse asubijwe icyo yabajije.

Umunyemari noneho yubura umutwe, ati:

"Mu myaka mirongo itanu n'ine maze ntuye kuri uyu mubumbe, narogowe inshuro eshatu gusa. Ubwa mbere ikiyongoyongo, ntazi aho cyari giturutse, cyaransakurije kinkoresha amakosa ane mu mibare nateranyaga. Ku nshuro ya kabiri, hashize imyaka cumi n'umwe, nafashwe n'indwara yo mu mitsi kubera kubura umwanya wo gukora imyitozo ngororamubiri, sinapfusha umwanya wanjye ubusa mbuyera. Mba mfite byinshi byo gukora. Inshuro ya gatatu ni iyi ngiyi. Nari ngeze kuri miliyoni magana atanu n'imwe ..."

"Miliyoni z'iki se?"

Umunyemari amenya ko atari bugire amahoro atamusubize icyo kibazo. Nuko ati:

"Miliyoni za turiya tuntu duto tujya dukunda kugaragara mu kirere."

"Uravuga amasazi se?"

"Oyaa! Twa tuntu duto tujya twaka!"

"Inzuki?"

"Oya. Twa tuntu dushashagirana tujya dutera abanebwe kurota. Ariko njye sindi muri bo. Mfite ibyo gukora, nta gusinzira."

"Aaah! Inyenyeri!"

"Yego, inyenyeri."

"Izo miliyoni zose uzikoresha iki?"

"Miliyoni magana atanu n'imwe ibihumbi magana atandatu makumyabiri na bibiri na magana arindwi mirongo itatu na rimwe. Ntabwo nibeshye."

"Nonese izo nyenyeri uzikoresha iki?"

"Nzikoresha iki?"

"Yego."

"Ntacyo. Ndazitunze gusa."

"Utunze inyenyeri?"

"Yego."

"Ariko hari umwami nabonye u..."

"Abami ntacyo baba batunze, ahubwo birabitirirwa kuko bategeka. Biratandukanye rero."

"None se gutunga inyenyeri byakumarira iki?"

"Kuzitunga bingira umukire."

"Kuba umukire byo bikumariye iki?"

"Byamfasha kugura izindi nyenyeri mu gihe haba hari uzivumbuye."

"Uyu nawe ndumva atekereza nk'umusinzi." Yivugisha bucece.

Nuko arongera aramubaza ati:

"None se bishoboka bite ko umuntu yatunga inyenyeri?"

"Ubusanzwe se inyenyeri ni izande?" Mu mvugo yumvikanisha kurambirwa.

"Ntabwo mbizi. Nta nyirawe zifite."

"Ubwo rero ni izanjye kuko ari njye wa mbere wabitekereje."

"Ukumva se ubwo ibyo bihagize?"

"Cyane rwose! Uramutse uvumbuye diyama idafite nyirayo, iba ari iyawe. Wavumbura umugezi udafite nyirawo, nawo uba ari uwawe. Iyo ugize icyo uvumbura mbere y'abandi, uracyandikisha ngo kibe icyawe mu buryo bwemewe n'amategeko. Nanjye rero ni ko bimeze, inyenyeri ni izanjye kubera ko nta wundi muntu wigeze agira icyo gitekerezo."

"Ibyo ni ukuri." Aramusubiza. "None se uzikoresha iki?"

"Ndaziyobora, ngahora nzibara kugira ngo menye niba hari inshyashya izirimo. Ni akazi katoroshye gusa ndagashoboye."

Umuhungu yumva ntanyuzwe neza.

"Njyewe mfite fulari, nshobora kuyishyira mu ijosi nkayigendana aho njya hose. Mfite n'ururabo, ndarwuhira rugakura neza, nshobora gucaho ururabo rumwe maze nkarugendana aho njya hose. Ariko wowe ntiwashobora gukura inyenyeri ku ijuru ngo uzigendane!"

"Oya. Ariko nshobora kuzishyira muri banki."

"Bishatse kuvuga iki?"

"Nandika ku rupapuro umubare wazo maze nkarubika muri tiruwari nkayifunga neza."

"Ibyo gusa?"

"Birahagije!"

"Ibi ni ukwishimisha." Ni ko yatekereje. "Ndumva ari ubusizi nabwo budafite icyo bumaze."

Uwo muhungu muto wari igikomangoma yari afite imyumvire n'ibitekerezo bitandukanye n'iby'abantu bakuru.

"Njyewe mfite urarabo, ndwuhira buri munsi. Mfite ibirunga bitatu, buri cyumweru nkura imyanda mu myobo yabyo ndetse n'icyazimye ndagisukura kuko ntawamenya ibyacyo. Kuba mbitunze bibifitiye akamaro, ariko wowe ntacyo umariye inyenyeri..."

Kuri iyi nshuro umunyemari ntiyabona icyo asubiza, asigara aho undi nawe yikomereza urugendo rwe.

Mu nzira agenda yivugisha ati: "Abantu bakuru baratangaje!"

UMUTWE WA CUMI NA KANE

Umubumbe wa gatanu wari uteye amatsiko cyane. Ni wo mubumbe muto muri yose. Hari umwanya w'itara rimwe n'umuntu wo kujya aricana gusa. Igikomangoma nticyashoboye kwiyumvisha icyo iryo tara n'umuntu wo kuricana bamaze ku mubumbe muto uri mu kirere, udatuwe, utariho n'inzu n'imwe.

Aribwira ati:

"Bishoboke ko uyu muntu afite ikibazo mu mitekerereze ye. Gusa naba nawe ugereranyije n'umwami, umwirasi, umunyemari n'umusinzi. Nibura akazi ke karumvikana. Iyo acanye itara, ni nkaho haba habonetse inyenyeri nshya cyangwa hameze ururabo rushyashya. Yazimya itara, inyenyeri n'ururabo bikaryama. Ni akazi keza rwose. Kuva akazi ari keza, gafite akamaro."

"Mwiriwe!" Aramusuhuza. "Kubera ki uzimije itara?"

"Mwiriwe neza!" Aramusubiza. "Ni itegeko."

"Itegeko ni iki?"

"Ni ukuzimya itara. Mwongeye kwirirwa, umugoroba mwiza!"

Acana itara.

"Kuki se ucanye itara?"

"Ni itegeko." Aramusubiza.

"Ntabwo mbyumva."

"Ntacyo kumva. Itegeko ni itegeko. Ni ukuryubahiriza. Mwaramutse!"

Nuko azimya itara.

Afata umushwara uriho udukaro dufite ibara ritukura yihanagura ku gahanga.

"Nkora akazi kagoye cyane. Kera kari akazi keza. Nacanaga itara mu gitondo nkarizimya bugorobye. Nabaga mfite umunsi wose wo kuruhuka n'ijoro ryo gusinzira."

"Itegeko ryigeze rihinduka se kuva icyo gihe?"

"Ntabwo itegeko ryigeze rihinduka. Ishyano ryaje ubwo umubumbe watangiraga kuzenguruka wihuta, ariko itegeko ryo ntabwo ryahindutse rwose!"

"Hanyuma?"

"None ubu ubwo umubumbe uzenguruka mu gihe kingana n'umunota nta n'isegonda ngifite ryo kuruhuka. Mba ngomba kuricana nkanarizimya mu munota umwe."

"Biratangaje! Umunsi umara umunota umwe!"

"Ntabwo bitangaje cyane. Ubu tuvuganye ukwezi kose!"

Nkora akazi kagoye cyane.

"Ukwezi?"

"Yego. Iminota mirongo itatu, iminsi mirongo itatu. Mwongeye kwiririwa, umugoroba mwiza!"

Acana atara.

Aramwitegereza cyane. Yumva akunze uwo mugabo wabaye indahemuka ku itegeko. Yibuka ya minsi ya kera ubwo yajyaga atera intebe ngo arebe izuba rirenga, ni ko kumva ashatse gufasha inshuti ye.

"Uzi n'ikindi, nakubwira uburyo wazajya ukoresha maze ukaruhuka."

"Byanshimisha cyane!"

Birashoboka cyane kumvira amategeko utavunitse.

Arakomeza aramusobanurira:

"Uyu mubumbe ni muto cyane, wawuzenguruka uteye intambwe ashatu. Kugira ngo ugume ku zuba byagusaba kugenda gahoro cyane. Ushatse kuruhuka wagenda wihuta...nuko umunsi wajya umara umwanya muremure uko ubishaka."

"Ndumva nta kinini byamfasha." Aramusubiza. "Mu buzima nkunda gusinzira gusa."

"Uri umunyamahirwe make rero!"

"Ndi umunyamahirwe make!" Aramusubiza "Mwaramutse!"

Mu nzira, akomeza urugendo rwe, agenda yibwira ati:

"Abantu bose: umwami, umwirasi, umusinzi n'umunyemari bashobora guhinyura uyu muntu ushinzwe gucana no kuzimya itara, nyamara ndabona ari we utekereza kurusha abandi. Byashoboka ko ari uko atitekerezaho wenyine."

Nuko anihishwa n'umubabaro. Arongera ati:

"Uyu ni wenyine nakagize inshuti gusa umubumbe we ni muto cyane, ntabwo twaturaho turi babiri."

Ikintu kimwe atatinyutse kuvuga ni uko yicuza kuba yaravuye kuri uyu mubumbe, yari kugira umugisha wo kureba izuba rirenga inshuro 1440 buri munsi!

UMUTWE WA CUMI NA GATANU

Umubumbe wa gatandatu wari ukubye inshuro icumi ubunini umubumbe utuwe n'umucanyi w'itara. Uwo mubumbe wari utuweho n'umusaza ufite igitabo kinini.

Uwo musaza abonye igikomangoma atera hejuru ati:

"Dore umuvumbuzi araje!"

Yicara ku meza y'uwo musaza nuko ariruhutsa. Ni koko yari yakoze urugendo rureruré!

"Uvuye he?" Umusaza aramubaza.

"Mbega urutabo runini!" Aratangara. "Urakora iki hano?"

"Ndi inzobere mu bumenyi bw'isi."

"Inzobere mu bumenyi bw'isi bivuze iki?"

"Ni intiti iba izi aho inyanja, imigezi, imigi, imisozi n'ubutayu byose biherereye."

"Biteye amatsiko!" Arasubiza. "Ni umwuga ufite akamaro."

Nuko arongera atera akajisho ku mubumbe w'uwo munyabwenge. Ntiyari yarigeze abona umubumbe mwiza nk'uwo.

"Umubumbe wawe ni mwiza. Hari inyanja ziri kuri uyu mubumbe?"

"Ntabwo nabimenya."

Atungurwa no kumva ko atabizi. "Hari imisozi ihari se?"

“Ntabwo nabimenya.”

“Imigi se, imigezi cyangwa ubutayu?”

“Nabyo ntabwo nabimenya.”

“Ntiwabimenya kandi uri inzobere mu bumenyi bw’isi?”

“Ni koko ndi we, ariko ntabwo ndi umuvumbuzi. Uwo ni we mbura. Ntabwo ari njye ugomba kwirwa ngenda mbara inyanja, imigezi, imisozi, imigi n’ubutayu by’uyu mubumbe. Inzobere mu bumenyi bw’isi iba ihuze ntiyabona umwanya wo kwirwa igendagenda. Iguma mu biro byayo, ikakira abavumbuzi, ikababaza ibyo bibuka ubundi ikabyandika. Iyo hari ibyo yumvise bifite ishingiro, ishakisha amakuru ku mico y'uwo muvumvuzi."

"Kebera iki ishakisha amakuru ku mico ye?"

"Kubera ko uvuga ibinyoma ashobora gutuma handikwa amakosa mu gitabo. Urugero nk'umusinzi."

"Kubera iki umusinzi?"

"Kubera ko abasinzi bareba ikintu kimwe bakakibonamo bibiri, urumva ko inzobere mu bumenyi bw'isi ishobora kwandika imisozi ibiri mu gace kamwe kandi hari umwe."

"Hari uwo nzi waba umuvumbuzi mubi."

"Birashoboka cyane. Hakorwa ubugenzuzi bwimbitse ku buvumbuzi iyo habanjwe kureba imico y'umuvumbuzi."

"Hari umuntu ujya wohereza kureba ko ari ukuri se?"

"Oya. Biragoye. Umuvumvuzi asabwa gutanga ibimenyetso bifatika. Urugero: iyo hari uwavumbuye umusozi asabwa kuzana amabuye manini akuye kuri uwo musozi."

Umusaza arahindukira, n'ibyishimo byinshi ati:

"None se wowe ko uturutse iyo bigwa! Uri umuvumbuzi? Ngaho mbwira iby'umububumbe uturukaho!"

Abumbura igitabo, aconga neza ikaramu y'igiti; kuko abanza kwandika n'ikaramu y'igiti, hanyuma agakoresha ikaramu y'umuti iyo umuvumbuzi atanze ibimenyetso bifatika.

"Ngaho mbwira."

"Aho nkomoka nta giteye amatsiko, byose ni bito. Mfite ibirunga bitatu, bibiri muri byo biracyaka ikindi cyarazimye, gusa ntawamenya."

Umusaza ati:

"Ntawamenya byo."

"Mfite n'ururabo."

"Ntabwo twandika indabo."

"Kubera iki se?" Asa nk'ubabaye. "Ni rwo rwiza muri byose."

"Kubera ko indabo zitaramba."

"Kuba zitaramba bivuga iki?"

Umusaza akomeza agira ati:

"Ibitabo by'ubumenyi bw'isi ni ibitabo by'agaciro kuruta ibindi. Ntibijya bita agaciro. Ntibibaho ko umusozi wimuka, ntibikunze kubaho ko inyanja ikama. Twandika ibintu bihoraho."

"Ariko ibirunga byazimye bishobora kongera kwaka." Amuca mu ijambo. Kuba indabo zitaramba bivuga iki?"

"Kuba ikirunga cyaba cyaka cyangwa cyarazimye kuri twe byose ni kimwe. Icyo twitaho ni umusozi, ntuhinduka."

"Ariko se kutaramba kw'indabo bisobanura iki?"

Ntajya anyurwa keretse asubijwe ikibazo aba yabajije.

"Bisobanura ko ikintu kiba gifite ibyago byo kuzimira vuba."

"Ururabo rwanjye rufite ibyago byo kuzimira?"

"Yego."

Arivugisha ati:

"Ururabo rwanjye rugiye kuzimira, kandi rufite amahwa ane yonyine yo kwirwanaho! None narusize rwonyine!"

Ng'icyo ikintu cya mbere cyamuteye kwicuza. Ariko agerageza kwiteramo akanyabugabo; aramubaza ati:

"Wangira inama yo kujya gusura he?"

Aramusubiza ati:

"Jya gusura Isi. Ni umubumbe uriho ibintu byinshi byiza."

Nuko aragenda, inzira yose agenda atekereza ku rurabo rwe.

Umububumbe wa karindwi yasuye ni Isi.

Isi ntabwo ari umububumbe umeze nk'iyindi yose! Kuri uyu mubumbe, habarwa abami ijana na cumi n'umwe, abahanga mu bumenyi bw'isi bangana n'ibihumbi birindwi, ibihumbi magana cyenda by'abanyemari, abasinzi miliyoni zirindwi n'ibihumbi magana atanu, abirasi miliyoni magana atatu na cumi n'imwe, ni ukuvuga ko ku isi hari abantu bakuru bangana na miliyari ebyiri.

Kugira ngo mbereke neza uko isi ingana; mbere y'uko amashanyarazi avumburwa byasabaga gushyira ku migabane yose uko ari itandatu igize Isi itsinda ry'abasirikari bangana n'ibihumbi magana ane mirongo itandatu na bibiri magana atanu na cumi n'umwe bo gucana amatara yo ku mihanda.

Ubirebeye kure, wakwibonera uburyo bigaragara neza. Imihagararire n'imigendere by'iryo tsinda ry'abasirikari wabonaga rimeze nk'ababyinnyi bafite injyana imwe. Habanzaga gucana itsinda riherereye muri Nuvele Zelande na Ositaraliya, hanyuma abo bamara gucana amatara yabo bakajya kuryama. Noneho hagakurikiraho irindi tsina riherereye mu Bushinwa na Siberiya nabo bagakora nk'ibya bagenzi babo. Hagakurikiraho irindi tsinda riherereye mu Burusiya no mu Buhindi nabo bagacana amatara yabo. Hanyuma hagakurikiraho abo muri Afrika n'i Burayi. Hanyuma Amerika y'epfo, abo barangiza hagakurikiraho Amerika ya ruguru. Nta na rimwe abo bose bibeshyaga gusimburana gucana amatara yabo. Byababaga ari igitangaza!

Uretse ushinzwe gucana itara ryo ku mpera ya ruguru na mugenzi we wo ku mpera y'epfo, ni bo b'abanebwe batagira icyo bitaho: bakora kabiri konyine mu mwaka.

Iyo ushaka gusetsa abantu, hari ubwo biba ngombwa ko ubeshya. Ntabwo nabaye umunyakuri ku nkuru y'abacanyi b'amatara. Natanze ishusho y'imiterere y'Isi ipfuye ku basanzwe batazi uwo mubumbe. Abantu batuye ku gace gato ukurikije uko Isi ingana. Niba miliyari ebyiri z'abantu batuye Isi ubashyize hamwe bahagaze kandi begeranye, nka kwa kundi ko mu nama rusange, bakwirwa ahantu hafite ubuso bwa kilometero kare makumyabiri, birashoboka ko abaturage bose b'Isi batuzwa ku karwa gato kari mu nyanja ya Pasifika.

Ariko abantu bakuru ntibakwizera uramutse ubabwiye ibyo, ni ko babaye. Bumva ko bakwiye gutura ahantu hanini cyane, bibona nk'ibitabashwa, nk'abantu b'ingenzi cyane mbese nka *baobab*. Ubagiriye inama yo kujya mu mibare ya buri kintu babyishimira kuko bakunda imibare. Gusa wowe ntuzigere uta umwanya wawe muri ako kazi k'inyongera, ntacyo bimaze. Ndizera ntashidikanya ko mumfitiye icyizere.

Ubwo yageraga ku Isi yatunguwe no kutahabona umuntu n'umwe. Ubwo yari atangiye kugira ubwoba ko yaba yayobeye ku wundi mubumbe, ikintu gifite amabara nk'ay'ukwezi cyaje cyinyorogotora mu mucanga.

Bisa nk'ibimutunguye, avuga atazi uwo abwira ati:

"Umugoroba mwiza!"

"Umugoroba mwiza!" Inzoka iramusubiza.

"Uyu mubumbe naguyeho witwa gute?" Arabaza.

"Uri ku Isi, muri Afrika." Inzoka iramusubiza.

"None se ko Isi nta bantu bayituyeho?"

"Hano ni mu butayu. Nta bantu bahatuye. Ariko Isi ni nini."

Yicara ku ibuye, yubura amaso areba hejuru, ati:

"Nibaza niba inyenyeri zizaka ku buryo buri muntu azongera akamenya iye. Reba, umubumbe wanjye uri hejuru yacu neza; ariko mbega ukuntu ari kure!"

"Ni mwiza cyane!" Inzoka iramusubiza. "None se waje gukora iki hano?"

"Mfitanye amakimbirane n'ururabo rwanjye."

"Ah!" inzoka iratangara.

Bose baraceceka.

Arongera atangiza ikiganiro:

"Abantu bari hehe? Hano mu butayu hari irungu..."

"Aho abantu bari naho hari irungu." Inzoka iramusubiza.

Amara umwanya yitegereza inzoka, nuko ati:

"Uri inyamaswa isekeje, unanutse nk'urutoki..."

Inzoka iramusubiza iti:

"Ariko mfite imbaraga kurusha urutoki rw'umwami."

Araseka.

"Nta mbaraga ufite...nta n'amaguru ufite...nta n'ubwo ushobora gutembera..."

"Nshobora kukujyana ahantu kure n'ubwato butagera."

Inzoka yizengurutsa ku kaguru ke nk'igikomo cya zahabu. Nuko iti:

"Uwo nkozeho wese asubira mu gitaka yaturutsemo, ariko wowe urera kandi waturutse ku nyenyeri."

Ntiyagira icyo ayisubiza.

"Unteye impuhwe, uri umunyantege nke muri iyi si yuzuyemo ibiruhije. Uramutse urambiwe n'umubumbe wawe nagufasha. Nshobora ..."

Ayica mu ijambo ati:

Uri inyamaswa isekeje, unanutse nk'urutoki...

"Birahagije numvise, kubera iki uvugira mu migani buri gihe?"
"Iyo itumvikana ndayisobanura." Inzoka irasubiza.
Bose baraceceka.

UMUTWE WA CUMI N'UMUNANI

Yakomeje urugendo, anyura mu butayu. Mu nzira yose yahuye n'ururabo rumwe na rwo rudafite icyo ruvuze. Ururabo rw'amashami atatu gusa.

"Mwiriwe!" Ararusuhuza.

"Mwiriwe!" Ururabo ruramwikiriza

"Abantu bari he?" Abazanya ikinyabupfura cyinshi.

Ururabo rwari rwarigeze kubona itsinda ry'abacuruzi bahita.

"Abantu? Barahari, batandatu cyangwa barindwi, nigeze kubabona mu myaka yashize. Gusa sinzi aho wabakura. Bahora bagenda, abantu bo nta mizi bagira ni yo mpamvu umuyaga ubatwara, kubaho kwabo n'uyu muyaga birababagoye."

"Urabeho!" Ararusenzera.

"Urabeho!" Arurabo narwo ruramusezera.

UMUTWE WA CUMI N'ICYENDA

Hanyuma yo guhura n'ururabo, ajya kurira umusozi muremure. Nta misozi miremire yari azi, keretse ibirunga bitatu byamugeraga ku mavi byari ku mubumbe we. Ikirunga cyazimye yagikoreshaga nk'agatebe. Nuko aribwira ati: "Ku musozi muremure nk'uyu ndashobora kwitegereza Isi yose mbone n'abantu bose." Gusa nta kindi yabonye uretse imisozi ihanamye.

Nta muntu yabonaga ariko apfa gusuhuza ngo ahari hari uwamwikiriza

"Mwaramutse!"

"Mwaramutse...mwaramutse...mwaramutse..." Nyiramubande irikiriza.

"Muri bande?" Arabaza.

"Muri bande... Muri bande... Muri bande...?" Nyiramubande irasubiza.

Umuhungu arongera ati:

"Mureke tube inshuti, ndi njyenyine."

"Ndi njyenyine… ndi njyenyine… ndi njyenyine…" Nyiramubande iramusubiza.

Aratekereza ati:

"Mbega umubumbe utangaje! Ubutaka bwumagaye, imisozi ihanamye kandi iteye ishozi. Abantu baho nta kinyabupfura bagira, basubira umuntu mu magambo. Njye aho nkomoka mfite ururabo rumwe, iteka ni rwo rubanza kunsuhuza."

UMUTWE WA MAKUMYABIRI

Nyuma y'urugendo rurerure mu mucanga, mu bitare no mu rubura; yaje kugera ku muhanda, kandi imihanda yose igana aho abantu batuye.

"Mwaramutse!" Arasuhuza.

Yari ahagaze imbere y'ubusitani bwuzuye indabo zarabije.

"Mwaramutse!" Indabo ziramwikiriza.

Arazitegereza. Zasaga neza nk'ururabo rwe.

"Muri bande?" Arazibaza, atanyeganyega.

"Turi indabo."

"Mbese muri indabo!"

Afatwa n'agahinda. Ururabo rwe rwari rwaramubwiye ko nta rundi basa ku mubumbe wose, none dore hari ibihumbi by'indabo zisa mu busitani!

Aribwira ati:

Mbega umubumbe utangaje!
Ubutaka bwumagaye, imisozi ihanamye kandi iteye ishozi.

"Iyo ururabo rwanjye ruza kubona izi ndabo zose bisa, rwari kumirwa, rwari kwicwa n'agahinda, rukirwaza rukanipfisha ngo rwikureho ikimwaro. Birumvikana ko nari kuruvura, bitabaye ibyo rwari kwiyahura maze ikosa rikangarukaho."

Arakomeza ati: "Niyumvaga nk'umutunzi kubera ururabo rutameze nk'izindi. Ntabwo bimpagije kuba igikomangoma mfite ururabo rumwe hamwe n'ibirunga bitatu bingera ku mavi, kimwe muri byo nkeka ko cyazimye burundu..."

Nuko aryama mu byatsi, ararira.

UMUTWE WA MAKUMYABIRI N'UMWE

Akiryama haba hatungutse umuhari.

"Mwaramutse!" Umuhari uramusuhuza.

Arahindukira ariko ntiyagira uwo abona, gusa yikiriza mu kinyabupfura:

"Mwaramutse!"

"Ndi hano munsi y'igiti cya pome."
"Uri nde?" Abaza umuhari. "Ndabona uri mwiza..."
"Ndi umuhari."
Abwira umuhari ati:
"Ngwino dukine, ndumva ntishimye..."
Umuhari uramusubiza uti:
"Ntabwo nakina nawe, ntabwo ndi uwawe."
"Mbabarira ndakwinginze!"
Aratekereza maze abaza umuhari ati:
"Ibyo bishatse kuvuga iki?"
Umuhari uti:
"Ntabwo uri uw'inaha, urashaka iki?"
"Ndi gushaka abantu." Arasubiza. "Kuba uwawe bishatse kuvuga iki?"

Umuhari uti:

"Abantu bafite imbunda kandi bahiga inyamaswa. Batubuza umutekano. Ikindi abantu borora inkoko, urashaka inkoko?"

"Oya. Ndashaka umuntu wambera inshuti gusa. Kuba uwawe bivuga iki?"

"Ni ikintu abantu birengagije. Ni ukureba ibibahuza."

"Kureba ibibahuza?"

Umuhari uti:

"Cyane rwose. Kuri njye, ntacyo uri cyo uretse agahungu gato gasa n'abandi ibihumbi byinshi. Nuko rero ntabwo ngukeneye, nawe ni uko ntabwo unkeneye. Kuri wowe ndi umuhari nk'iyindi yose, ariko uramutse unkuye mu zindi nyamaswa ukanjyana tukajya tubana, twabaho twunganirana. Naba nihariye mu mihari yose ibaho nawe waba utandukanye n'abandi."

"Ntangiye kubyumva." Abwira umuhari. "Hari ururabo nkeka ko rwari rwarangize umwihariko warwo."

"Birashoboka. Ku isi habaho ibintu byinshi..."

"Ntabwo ari ku Isi."

Umuhari uratungurwa. N'amatsiko menshi uti:

"Ku wundi mugabane?"

"Yego."

Hari abahigi baba kuri uwo mugabane?"

"Oya."

"Ibyo ndumva ari byiza. Hari inkoko?"

"Oya."

"Ahubwo ndumva nta cyiza gihari."

Umuhari ukomeza ugira uti:

"Ubuzima bwanjye buhora ari bumwe, ntibuhinduka. Mpiga inkoko abantu nabo bakampiga. Abantu bose barasa, inkoko nazo zigasa. Ibyo maze kubirambirwa. Uramutse unkuye mu nyamaswa ukanjyana tukajya tubana ubuzima bwanjye bwahinduka bukaba bwiza. Nakumva imirindi itari iy'abantu bampiga, iyo numvise abahigi ndihisha. Intambwe yawe yambera nk'indirimbo nziza inkura mu isenga. Ngaho reba: uri kureba imirima y'ingano? Ntabwo ndya umugati, ingano ntacyo zimariye. Imirima y'ingano ntacyo ivuze kuri njye, ibyo birambabaza! Ariko ufite imisatsi ifite ibara rya zahabu, ibara nk'iry'ingano. Byambera byiza uramutse unkuye mu nyamaswa ukanjyana, ingano zajya zikunyibutsa. Najya nishimira umuyaga uhuha mu murima w'ingano."

Umuhari uraceceka, umwitegereza akanya, nuko uramubwira uti:

"Ndakwinginze, nkura mu nyamaswa unjyane!"

"Ndabishaka cyane!" Asubiza umuhari. "Ariko nta mwanya mfite. Nkeneye gukomeza gushaka inshuti kandi hari ibintu byinshi ngomba kumenya."

Umuhari uti:

"Umenya gusa icyo wagize umwihariko wawe. Abantu nta mwanya bafite wo kugira icyo bamenya. Ibintu byose babigura mu maduka, ariko kubera ko nta duka ribabo baguriramo ubucuti, abantu nta nshuti bagira. Niba ushaka inshuti, njyana!"

"None nakora iki ngo nkujyane?"

Umuhari uramusubiza uti:

"Ugomba gutegereza wihanganye. Uzabanza wicare kure yanjye, mu byatsi nanjye nzaba nkwitegeye, ntuzagire ijambo na rimwe uvuga. Amagambo ni yo atera abantu kutumvikana. Umunsi ku munsi uzajya ugenda unyegera."

Bukeye bwaho aragaruka.

"Byaba byiza ugiye uza ku isaha imwe ihoraho. Umuhari uramubwira. "Urugero, ndamutse nzi neza ko uri buze saa kumi z'amanywa natangira gusabwa n'ibyishimo mpereye saa cyenda. Uko isaha yo kuza kwawe yegereza ni ko narushaho kumva nezerewe. Isaha zagera mfite amashyushyu yo kukubona, nkitera hejuru nkagusuhuza, nawe wakwibonera uko nezerewe! Ariko ugiye uzira igihe uboneye ntabwo umutima wanjye waba ukwiteguye neza... tugomba gukurikiza imihango."

"Imihango ni iki?" Arabaza.

"Imihango na yo ni ikintu kijya cyirengagizwa. Yerekana itandukaniro ry'umunsi n'iyindi, isaha n'andi masaha. Nk'urugero, abahigi hari umuhango bagira. Buri wa kane babyinana n'abakobwa, ni ukuvuga ko ku wa kane aba ari umunsi w'igitangaza! Mu gihe baba bahugiye mu kubyina, nasohoka mu isenga nkagera no mu ruzabibu. Abahigi bagiye babyinira umunsi baboneye nta gukurikiza gahunda, iminsi yose yaba kimwe, sinabona umunsi wo kuruhuka."

Nuko agira umuhari inshuti ye, awugira umwihariko we; isaha zo kugenda zegereje umuhari uti:

Urugero, ndamutse nzi neza ko uri buze saa kumi z'amanywa natangira gusabwa n'ibyishimo mpereye saa cyenda.

"Niwigendera nzicwa n'amarira."

Umuhungu aramusubiza ati:

"Ni ikosa ryawe ariko, sinigeze nifuza ko hari ikibi cyakugeraho, ni wowe washatse ko nkugira umwihariko wanjye."

"Ibyo ndabizi." Umuhari urasubiza.

"Ndabona amarira mu maso yawe!"

"Yego!"

"Kukugira umwihariko wanjye ntacyo bikunguye?"

"Biranyunguye cyane! Kubera ibara ry'ingano."

Umuhari ukomeza ugira uti:

"Jya mu busitani urebe za ndabo, urasanga ururabo rwawe rutandukanye n'izindi zose zibaho. Nugaruka kunsezera nzaguha impano y'ibanga."

Nuko ashyira nzira asubira kureba za ndabo. Ahageze arazibwira ati:

"Ntacyo muri cyo, nta nubwo musa n'ururabo rwanjye. Nta muntu ubafata nk'umwihariko we namwe ni ko. Mumeze rwose nk'uko umuhari wanjye wari umeze mbere. Wari umuhari umeze nk'iyindi yose, nyuma y'uko ubaye inshuti yanjye ubu utandukanye n'iyindi yose."

Indabo zirashoberwa.

Arakomeza arazibwira:

"Muri beza inyuma gusa. Nta muntu ushobora kubitangira. Umuntu wigendera ashobora kugira ngo musa n'ururabo rwanjye ariko si ko biri. Ni rumwe ariko ni ingenzi kuri njye kandi rurihariye kuko ari njye ubwanjye urwuhira, ni njye warushyize mu nkangara nkanarushyiraho ibirahure bibururinda. Ni njye ubwanjye warukuragaho ibinyabwoya ngo bitarya amababi yarwo keretse bibiri byaje kuvamo ibinyugunyugu. Ni rwo njya ntega amatwi igihe ruba ruvuga rwishyira hejuru, rwiyemera ndetse niyo rucecetse; kuko ari ururabo rwanjye."

Nuko agaruka kureba umuhari.

"Urabeho!" Arasezera.

"Urabeho!" Umuhari nawo uramusezera. "Ngaho tegera amatwi ibanga ryanjye, ntirigoye kurifata: Kureba neza ni ukurebesha amaso y'umutima, iby'ingenzi ntibiboneshwa amaso y'umubiri."

"Iby'ingenzi ntibiboneshwa amaso..." Asubiramo ngo atabyibagirwa.

"Ururabo rwawe rwabaye ingenzi kubera umwanya waruhaye."

Nuko aryama mu byatsi, ararira.

"Ururabo rwanjye rwabaye ingenzi..." Asubiramo ngo atabyibagirwa.

Umuhari ukomeza ugira uti:

"Uko kuri kwaribagiranye ariko wowe ntugomba kukwibagirwa. Ibyo wagize umwihariko biri mu nshingano zawe. Ururabo rwawe ruri mu nshingano zawe."

"Ururabo rwanjye ruri mu nshingano zanjye."

UMUTWE WA MAKUMYABIRI NA KABIRI

Arakomeza aragenda agera ku muhanda w'igare ry'umwotsi, ahasanga ushinzwe kuyatambutsa. Nuko aramusuhuza:

"Mwaramutse!"

"Mwaramutse!" Aramwikiriza

"Urakora iki hano?"

"Akazi kanjye ni ugushyira abagenzi ku murongo. Amagare y'umwotsi abatwaye nkayareka agatambuka, mu byerekezo byombi."

Igare ry'umwotsi ritambukana imbaraga, rinyeganyeza inzu yari arimo.

Umuhungu aramubaza ati:

"Ko bihuta cyane? Ni iki bari gushaka?"

"Igitangaje ni uko utwaye atabizi."

Urusaku rw'igare ry'umwotsi rurumvikana, rituruka mu kindi cyerekezo.

Arongera arabaza ati:

"Riragarutse aka kanya se?"

“Ntabwo ari ba bandi bagiye. Baraguranye.”

“Ntabwo bari bishimiye aho bari?”

“Nta numwe wishimiye aho ari.”

Nuko bumva urusaku rw’igare ry’umwotsi rya gatatu.

Arongera arabaza:

“Bakurikiye abagenzi bagiye mbere?”

“Ntacyo bakurikiye. Baba biryamiye cyangwa bayura kubera umunaniro. Abana bo baba bari mu madirishya bitegereza ibiri hanze.”

Nuko umuhungu ati:

“Abana nibo baba bazi icyo bashaka. Igihe cyabo bakimara bakina n’ibikinisho, ni ingenzi mu buzima bwabo. Iyo ubibambuye, bararira.”

“Ni abanyamahirwe.”

UMUTWE WA MAKUMYABIRI NA GATATU

"Mwaramutse!"

"Mwaramutse!"

Ahura n'umucuruzi w'ibinini bifite umwihariko wo kugabanya inyota.

Aramubaza ati:

"Kubera iki ucuruza ibi?"

"Ni mu rwego rwo kutangiza igihe." Umucuruzi aramusubiza. "Mu bushakashatsi bwakozwe n'abahanga basanze ko ushobora kuzigama iminota mirongo itanu n'itatu mu cyumweru."

"Nuko iyo minota umuntu akayimaza iki?"

"Umuntu ayikoresha icyo ashaka..."

Umuhungu yivugisha ati:

"Njyewe ndamutse mfite iminota mirongo itanu n'itatu nayikoresha manuka njya ku iriba."

UMUTWE WA MAKUMYABIRI NA KANE

Ni ku munsi wa munani nkoreye impanuka mu butayu. Inkuru y'umucuruzi w'ibinini bigabanya inyota nayumvise ndi kunywa igitonyanga cya nyuma cy'amazi nari mfite.

Ni ko kumubwira nti:

"Inkuru z'ibyo wanyuzemo ni nziza cyane ariko rero ntabwo ndarangiza gusana indege; ikindi nta mazi yo kunywa mfite, nanezerwa ndamutse mbaye ubu ndi kwerekera ku isoko!"

"Inshuti yanjye, umuhari, yarambwiye ngo..."

"Nshuti yanjye, rekera aho iby'umuhari."

"Kubera iki?"

"Kuko tugiye kwicwa n'inyota,"

Ntabwo yumvise neza ibyo nshaka kuvuga. Ni ko kuvuga ati:

"Ni byiza kugira inshuti kabone n'iyo wapfa. Njyewe nanejejwe no kugira umuhari ho inshuti."

Naratekereje nti: "Ntabwo asobanukiwe n'ibyago bidutegereje. Inyota n'inzara ntibyigeze bimugeraho, kuri we akazuba karamuhagije."

Yaranyitegereje, nk'uri gusoma ibyo ndi gutekereza, nuko ati:

"Nanjye mfite inyota...dushake aho dukura amazi."

Umubiri wanjye watangiye kwerekana ibimenyetso by'umunaniro. Biratangaje gushaka iriba mu butayu bunini nk'ubwo twari turimo. Gusa twatangiye kugenda.

Twakoze urugendo rw'amasaha menshi, nta uvugisha undi, ijoro riba riraguye inyenyeri zitangira gucana. Nari mfite umwuma ku buryo natangiye guhinda umuriro, narebaga inyenyeri nk'uri kurota. Amagambo yambwiraga yavugiraga mu mutwe nk'urusaku rw'indirimbo n'imbyino.

Nuko ndamubaza nti:

"Nawe ufite inyota koko?"

Ntiyasubije icyo kibazo ahubwo arambwira ati:

"Amazi ashobora kuba ari meza ku mutima."

Sinasobanukiwe n'ibyo ansubije, gusa nahisemo guceceka. Nari nzi neza ko nta kumubaza ibibazo byinshi.

Yari ananiwe cyane. Yicara hasi nanjye mwicara iruhande. Nyuma y'umwanya muto ducecetse arambwira ati:

"Inyenyeri ni nziza, kubera ko hariyo ururabo nubwo rutaboneshwa amaso..."

Naramusubije nti: "Yego." Nuko nkomeza kwitegereza utwo dusozi tw'umucanga twarundarunzwe n'umuyaga.

Arongera ati:

"Ubutayu ni bwiza!"

Icyo cyo twagihurijeho. Kuva kera nakundaga ubutayu. Iyo wicaye ku mucanga, ntacyo uba wumva nta n'icyo uba ureba, gusa hari icyo wungukira muri uwo mutuzo.

"Hari ubwo uvumbura iriba ahantu hihishe, icyo ni cyo kigira ubutayu bwiza." Amvugisha.

Natunguwe no kubona umucanga ubengerana nk'ibuye ry'igiciro kinini. Kuva mu bwana bwanjye twabaga mu nzu ishaje, gusa amateka akavuga ko hari ubutunzi butabye muri iyo nzu. Mu kuri, nta muntu wigeze amenya aho yabushakira yewe nta n'uwagerageje kubushakisha. Ubwo butunzi bwatumaga iyo nzu igira agaciro kisumbuyeho. Iyo nzu yari ibitse ibanga ritazwi.

Nyuma yo kwibuka ibyo byose ndamubwira nti:

"Yego, ubwiza bw'inzu, inyenyeri ndetse n'ubutayu ntibuboneshwa amaso."

Nawe aransubiza ati:

"Ndanezerewe cyane kubera ko ibyo ubihuje n'inshuti yanjye, umuhari."

Yafashwe n'ibitotsi arasinzira, naramuteruye nuko nshyira nzira ndagenda. Numvaga mfite mu maboko yanjye ubutunzi butagira akagero kurenza ibindi byose byo ku isi.

Numvaga nezerewe. Kubera urumuri rw'ukwezi, nagendaga nitegereza uruhanga rwe rushashagirana, umusatsi we wahuhwagwa n'akayaga, nkongera nkitegereza amaso ye meza nuko ndavuga nti: "Icyo ndi kureba ni umubiri gusa, icy'ingenzi ntikiboneshwa amaso."

Mu maso he hari hatuje, iminwa ye ishyira inseko bintera kongera

Araseka, yegera iriba maze afata umugozi ngo arebe ko icyuma bakururiraho umugozi gikora neza.

kumutekereza: "Ikinshimisha cyane ni ubudahemuka afitiye ururabo, ishusho y'ururabo rwa rose imuhora mu bitekerezo ituma mu maso he hamera nk'ahamurikiwe n'umucyo." Niyumvisemo ko ngoma kurinda uwo mucyo ngo hatagira ikiwuzimya.

Narakomeje ndagenda kugera umuseke utambitse, ni bwo nabonye iriba.

UMUTWE WA MAKUMYABIRI NA GATANU

Yarongera arambwira ati:

"Abantu bagenda biruka nyamara batazi icyo bashaka. Bakagenda bakagaruka gutyo gutyo...ibyo bikabashimisha nyamara ntacyo bimaze."

Iriba twabonye ntaho ryari rihuriye n'andi mariba aba mu butayu bwa Sahara. Ayo mariba aba ari imyobo mito icukuye mu mucanga. Gusa iri ryo rirasa n'irivomwaho n'abantu benshi ariko kandi aha ho nta rusisiro ruhari, numvaga ari inzozi. Nuko ndamubwira nti:

"Ntibisanzwe, ibikoresho byose byifashishwa mu gukurura amazi birahari: indobo, umugozi..."

Araseka, yegera iriba maze afata umugozi ngo arebe ko icyuma bakururiraho umugozi gikora neza. Urusaku rwacyo rwerekanaga ko cyari kimaze igihe kidakora.

Ni uko ndamubwira nti:

"Tega amatwi wumve, ni nk'indirimbo, isoko itangiye kududubiza."

Kubera ko ntashakaga ko yinaniza, naramwegereye mwaka umugozi ngo nkurure amazi.

"Bindekere, biraremereye ntiwabishobora."

Gahoro gahoro nazamuye indobo nyigeza hejuru, byari bigoranye ariko nishimiye igikorwa nkoze. Mu matwi yanjye humvikanagamo urusaku rw'icyo cyuma gikururirwaho umugozi n'urw'amazi. Mu kureba mu mazi anyeganyega, mbona urumuri rw'izuba narwo rugeganyega.

Arambwira ati:

"Ndumva mfite amashyuhyu yo kunywa kuri ayo mazi. Mpereza nyweho."

Nasobanukiwe neza n'icyo yahoze ashaka.

Nazamuye indobo ndayimwegereza ngo ashobore kunywa. Amaso afunze, aragotomera. Nabonaga amerewe neza. Ayo mazi yari arenze kuba amazi. Kuyageraho ntibyari byoroshye: urugendo twakoze ijoro ryose tumurikiwe n'inyenyeri, urusaku rw'icyuma gikururirwaho umugozi, imbaraga nakoresheje nkurura...ayo mazi yari afutse kandi agera ku mutima. Kera nkiri muto, impano za noheri nahabwaga zabaga zikubiyemo ibintu byinshi: urumuri rw'ibiti bya noheri, indirimbo zaririmbwaga mu misa ya noheri yabaga nijoro n'akanyamuneza abantu babaga bafite kuri uwo munsi.

Hanyuma y'ibyo arambwira ati:

"Iwanyu abantu bahinga indabo nyinshi mu busitani bumwe, gusa ntibajya babona ibyo baba bashaka."

"Yego, ntibabona ibyo bashaka."

"Nyamara ibyo bashaka bashobora kubibona mu rurabo rumwe cyangwa mu mazi make..."

"Cyane rwose."

Nuko yongeraho ati:

"Ariko amaso y'umubiri ntabona, ni ngombwa kurebesha ay'umutima."

Nanyoye amazi, mpumeka umwuka mwiza. Mu kurasa kw'izuba umucanga uba ufite ibara ry'ubuki, nashimishijwe n'iryo bara. Ariko se ubundi kubera iki nababara?

Yaranyegereye, nuko arambwira ati:

"Ugomba gukomera ku isezerano wampaye."

"Irihe sezerano?"

"Uribuka ko ugomba kumpa agapfukamunwa ko kwambika intama ntizandire ururabo. Ruri mu nshingano zanjye."

Nakoze mu mufuka nkuramo ibishushanyo natangiriyeho. Abibonye araseka, nuko arambwira:

"Ibyo biti bya *baobab* washushanyije wagira ngo ni amashu!"

"Hahahahah!"

Kandi ubwo njye nahoze ntewe ishema n'ibyo bishushanyo. Nanjye nti:

"Amatwi y'umuhari wawe ameze nk'amahembe, ni maremare cyane!"

Arongera araseka.

Ndakomeza nti:

"Urabera cyane, njye nta kindi nzi gushushanya uretse uruziramire rugaragaza icyo rwamize n'urutagaragaza icyo rwamize."

"Humura bizaza! Abana bo barabisobanukirwa." Yandemyemo agatima.

Nashushanyije agapfukamunwa ko kwambika intama ngo itazarya ururabo. Nakamuhaye mfite urwikekwe ko atari bukemere. Mpita mubwira nti:

"Ntabwo nsobanukiwe n'imishinga yawe."

Ntiyansubije, ahubwo arambwira ati:

"Uzi n'ikindi? Ejo nzaba nujuje umwaka nguye ku Isi."

Nyuma y'akanya gato arongera ati:

"Manuka naguye hafi y'aha turi."

Arahigima.

Niyumvisemo nanone agahinda ntazi aho gaturutse, mpita mubaza ikibazo:

"Hashize iminsi umunani duhuye, hari mu gitondo, wari wenyine kandi kure y'aho abantu batuye, burya wajyaga aho wamanukiye?"

Arongera arahigima.

Mu gushidikanya kwinshi nongeraho nti:

"Kubera ko wari ugiye kuzuza umwaka uje hano ku Isi se?"

Arongera arahigima. Yanze kunsubiza ibyo byose, gusa iyo umuntu ahigimye bishatse kuvuga ko igisubizo ari "yego"?

"Mfite ubwoba..."

Ansha mu ijambo:

"Ugomba gusubira mu byo wari urimo, subira gukora imashini yawe. Ndaguma aha ngutegereje. Uzagaruke ejo nijoro..."

Ibyo yari ambwiye byatumye ntatekana. Nibutse inkuru y'umuhari. Amarira ashobora kugwa uramutse ugizwe umwihariko ku muntu runaka.

UMUTWE WA MAKUMYABIRI NA GATANDATU

Hafi y'iriba hari urukuta rw'amabuye ashaje kandi rwatangiye gusenyuka. Ku munsi wakurikiyeho, ubwo nari mvuye mu kazi nari ndimo namuboneye kure yicaye hejuru y'urwo rukuta, amaguru atendera. Numvise avuga ngo:

"Ntabwo ubyibuka? Ntabwo ari hano."

Hari irindi jwi ryamusubizaga, kuko yasubije ngo:

“Yego, yego! Umunsi urahura neza ariko ahantu si hano.”

Nakomeje kugenda nerekera ku rukuta ariko nta muntu nabonaga yewe nta n’ijwi numvaga. Ahubwo ngakomeza kumva asubiza.

“...cyane rwose! Uzabona mu mucanga aho nakandagije ibirenge byanjye bwa mbere. Icyo ufite gukora ni ukuntegereza, nzaba mpari iryo joro.”

Haburaga nka metero makumyabiri ngo ngere ku rukuta ariko nta muntu nabonaga.

Nyuma y’akanya gato arongera aravuga:

“Ubumara bwawe ni bwiza koko? Uranyizeza ko ntazababara igihe kirekire?”

Mu kumva ibyo, nahise mpagarara. Nakutse umutima, gusa ntabwo nari nakamenya ibyo ari byo.

“Ngaho genda, sinshaka gukomeza kwicara kuri uru rukuta, ndashaka kumanuka.”

Mu kureba hasi aho urukuta rutangiriye, narikanze, nsimbukira mu kirere! Yavuganaga n’inzoka y’impiri ifite ubumara bukaze, ikurumye ntiwarenza amasegonda mirongo itatu ugihumeka. Nakoze mu mufuka ngo nkuremo imbunda nto, ntera intambwe gato nsubira inyuma. Mu gusubira inyuma, narayikanze ihita ikururuka mu mucanga yihisha mu mabuye.

Narihuse ngera ku rukuta, nahise muterura. Kubera ubwoba yari yakonje cyane.

N’igihunga cyinshi ndamubaza nti:

“Ibi byo ni ibiki? Noneho uri kuvugana n’inzoka!”

Yari yambaye furari mu ijosi, narayihambuye nuko muha amazi aranywa. Sinatinyutse kugira ikindi kibazo mubaza. Yampanze amaso, ahita anshyira amaboko mu ijosi. Umutima we wateraga nk’uwinyoni yarashwe iri gusamba.

Ngaho genda, sinshaka gukomeza kwicara kuri uru rukuta, ndashaka kumanuka.

Nuko arambwira ati:

"Ni byiza ko washoboye gukora imashini y'indege yawe, biranejeje. Noneho ushobora gusubira aho waturutse..."

"Wabimenye ute!"

Nari maze kumuhishurira ko nubwo byari bigoye, noneho imashini iri gukora neza.

Nta gisubizo yampaye ahubwo arambwira ati:

"Uyu munsi nanjye ndataha..."

N'agahinda kenshi arongera ati:

"Ni kure cyane kandi biragoye."

Mu kuvuga ibyo, numvise ko bishoboka ko haba harabaye ikintu kidasanzwe. Naramufashe ndamuhobera cyane nk'umwana muto. Byasaga nk'aho nta bushobozi nari mfite bwo guhagarika icyamuteraga gusubira aho yaturutse.

Ibitekerezo bye byasaga nk'aho biri kure cyane, ni uko arambwira ati:

"Ya ntama yawe ndayifite, mfite na ya sanduku yo kuyishyiramo mfite n'agapfukamunwa kayo ngo itazona."

Nuko aramwenyura gusa ababaye.

Nategereje nihanganye kumva anganiriza ibyamubayeho. Yasaga nk'uri kwiteramo akanyabugabo.

"Ariko ufite ubwoba muhungu muto."

Nta gushidikanya yari afite ubwoba, ariko arongera aramwenyura, ati:

"Iri joro nta bwoba ndaba mfite."

Numvise ngize ubwoba bw'uko ntacyo ngishoboye kuramira. Numvise neza ko ntazihanganira kutongera kumubona aseka. Guhura nawe byari nko kuvumbura iriba mu butayu.

"Seka! Ndashaka kongera kukumva useka!"

Aho guseka, arambwira ati:

"Ijoro nirigera umwaka uraba wuzuye. Inyenyeri yanjye iraba igeze neza aho namanukiye umwaka ushize."

"Mwana muto, ntiwumva ko ari igitekerezo kibi kumvira inzoka no kugumya gutekereza iby'inyenyeri yawe?"

Yanze kunsubiza ahubwo arambwira ati:

"Icy'ingenzi ntikiboneshwa amaso."

"Ibyo ni ukuri."

"Ni nk'ururabo. Uramutse ukunze ururabo ruri ahantu ku nyenyeri runaka, ushimishwa no kwitegereza inyenyeri iyo bwije. Ni nk'aho uba ubona ko ku nyenyeri zose hari indabo zarabije."

"Yego, ndabizi."

"Ni nk'amazi. Ya mazi wampaye, uribuka uburyo yari afutse, agera ku mutima nko kumva umuziki?"

"Cyane rwose!"

"Ujye ureba inyenyeri nijoro, imwe muri izo nyenyeri ni yo ntuyeho. Ntabwo nashobora kukwereka iyo nyenyeri kuko ari nto, aho nturuka byose ni bito. Uzishimire kuzireba kuko uzaba uzi ko ndi kuri imwe muri zo, zose uzazigire inshuti zawe. Hanyuma rero ngufitiye impano..."

Arongera araseka.

"Nshuti yanjye, mwana muto, nkunda kumva useka!"

"Iyo ni yo mpano nakubwiraga...ni nka ya mazi twanyoye..."

"Aho urashaka kuvuga iki?"

"Abantu bose bagira inyenyeri, ariko izo nyenyeri zigatandukana bitewe n'abantu. Ku bakunda kugenda, inyenyeri zirabayobora. Ku bandi, inyenyeri ni imuri zisanzwe zibereye mu kirere. Ku munyemari nahuye nawe, inyenyeri ni ubutunzi, naho ku bantu b'abanyabwenge inyenyeri zibateza ibibazo. Gusa igitangaje, izo nyenyeri zose ntizivuga. Wowe rero uzaba ufite inyenyeri mu buryo butandukanye n'ubw'abandi."

"Ariko se urashaka kuvuga iki?"

"Niwitegereza inyenyeri nijoro, hari imwe nzaba ndiho, nzaba ndi guseka. Ni nk'aho inyenyeri zose zizaba zigusekera, bivuze ko wowe wenyine uzaba ufite inyenyeri ziseka."

Arongera araseka.

"Ndabyumva uzababara ariko uzahumurizwa (umuntu agenda ahumurizwa uko iminsi ishira), uzishimira kuba warangizeho inshuti. Kandi uzahora uri inshuti yanjye. Iteka uzajya wumva ushaka kuba hamwe n'inshuti yawe museka. Rimwe na rimwe uzajya ufungura idirishya ry'inzu yawe nijoro maze urebe mu kirere, ibyo bizakunezeza. Inshuti zawe zizatungurwa no kukubona ureba mu kirere maze ugaseka. Ibyo nibiba uzababwire uti: "Yego, inyenyeri zituma mwenyura!" Ntibazabyemera ahubwo bazagira ngo wasaze. Ako kazaba ari agakino..."

Arongera aramwenyura.

"Bizaba bimeze nk'aho naguhaye inzogera zivuzwa zikagutera guseka mu kimbo cy'inyenyeri."

Arongera araseka. Hanyuma ahindura imvugo mu rwego rwo kunyereka ko akomeje mu byo yari agiye kumbwira, ati:

"Wibuke iri joro ntuze."

"Ntabwo ndi bukuve iruhande rwose."

"Ndaba ndi mu buribwe bukabije, ndaba meze nk'uri gupfa. Ni ko bimeze. Icyiza kuri wowe ni uko utaza kubireba, ntacyo bimaze."

"Ntabwo ndi bukuve iruhande." Nanze kuva ku izima.

Yari afite amakenga.

"Si impamvu yuko ndaba ndi kubabara gusa ahubwo haraba hari n'inzoka. Wowe si ngombwa ko ikuruma, inzoka zigira ubukana. Hari n'ubwo zirumana mu rwego rwo kwishimisha gusa."

"Ntabwo nagusiga wenyine."

Noneho asa nk'uhumurijwe n'ikindi kintu.

"Nibutse ko inzoka iba itagifite ubumara ku nshuro ya kabiri irumwe umuntu."

Iryo joro sinigeze mubona agenda, yagiye bucece. Naramukurikiye, mu kumugeraho yateraga intambwe ndende. Ambonye arikanga ati:

"Ndabona uhageze..."

Amfata mu kiganza; wabonaga asa nk'uhangayitse

"Wakosheje kunkurikira. Kumbona mbabara biri bukubabaze. Ndaba meze nk'uri gupfa ariko ntacyo ndi bube..."

Nta jambo nahingukije.

"Nawe urabyumva ko aho njya ari kure, ntabwo nagerayo n'uyu mubiri. Uraremereye cyane."

Na none ntacyo namusubije.

"Biraba ari nko kwiyuburura ugata umubiri ushaje. Umubiri ushaje ntutera agahinda..."

Nta jambo namusubije.

Guceceka kwanjye kwabaye nk'ukumuca intege ariko yishyiramo akanyabugabo.

"Erega bizaba binejeje, nawe urabizi. Najye nzajya nitegereza inyenyeri, zose zizaba zimeze nk'isoko hamwe n'icyuma gikoreshwa mu gukurura amazi. Inyenyeri zose zizajya zimpa amazi y'urubogobogo..."

Nakomeje guceceka.

"Bizaba ari igitangaza! Uzaba ufite inzogera miliyoni magana atanu nanjye nzaba mfite amasoko adudubiza amazi y'urubogobogo angana na miliyoni magana atanu."

Yaracecetse, gusa impamvu yari uko yarimo arira bucece.

"Turahageze, ni aha neza neza. Ngaho ndekura nigenze."

Kubera ubwoba yicaye hasi.

"Uzi n'ikindi, ururabo rwanjye ruri mu nshingano zanjye. Nta mbaraga rufite ikindi kandi ntirwashobora kwirwanaho, rufite amahwa ane yonyine kandi nayo ntacyo amaze."

Nicaye hasi, ntabwo nari gishoboye guhagarara. Hanyuma arambwira ati:

"Ibyo nari mfite kukubwira ni ibyo, nta gisigaye."

Gushidikanya kwagaragaraga mu maso he, yarahagurutse, atera intambwe yigira hirya. Njyeweho sinashoboraga no kunyeganyega.

Nta kindi nabonye uretse igisa n'umurabyo ku gatsinsino ke, umurabyo ufite ibara ry'umuhondo. Yahagaze nta kunyegenyega, nta kuvuga. Gahoro gahoro, nk'uko igiti batemye kigwa, nawe ni ko yaguye. Kubera umucanga nta rusaku rwumvikanye.

UMUTWE WA MAKUMYABIRI NA KARINDWI

Imyaka itandatu irashize. Sinari narigeze mbara iyi nkuru. Inshuti zanjye zishimiye kumbona ubwo nari ngarutse nyuma y'iyo minsi mu butayu. Mu maso hanjye hagaragazaga umubabaro, ni byo koko nari mbabaye, gusa nababwiye ko ari umunaniro.

Ubu ndatuje, nta byishimo ariko ndakomeye. Numvaga ko umurambo we wari kuba ari muto ariko mu gitondo bukeye ntawo nabonye, ibyo bimpa icyizere ko yasubiye iwabo. Iyo ijoro riguye, njya nkunda gutega amatwi inyenyeri, ni nkaho ari amamiliyoni y'inzogera zivugira hamwe.

Gahoro gahoro, nk'uko igiti batemye kigwa, nawe ni ko yaguye.

Hari ikintu kidasanzwe cyabaye: ubwo namushushanyirizaga agapfukamunwa ngo intama itazarya ururabo, nibagiwe gushyiraho umugozi ugafatiraho! Bivuze ko atazigera ashobora kukambika intama ye. Ibyo birantera kwibaza nti: "Ni iki kiri kuba ku mubumbe atuyeho? Aho ntiwasanga intama yararishije ururabo rwe?"

Rimwe ndibwira nti: "Ntibishoboka! Yashyize ururabo munsi y'agatebo k'ibirahuri kandi ahoza ijisho ku ntama ngo itarurisha." Ni uko nkumva ndishimye, maze inyenyeri nazo zikamwenyura.

Ubundi nkibwira nti: "Umuntu ashobora gucikwa, akarangara gato! Wasanga ijoro rimwe yaribagiwe gutwikira ururabo cyagwa se intama igasohoka bucece asinziriye..." Nuko ya majwi meza numvaga ameze nk'izongera agahindukamo amarira.

Ngaho aho iyobera riri. Mwe mwese mukunda icyo gikomangoma kimwe nka njye, muzi ko ibintu mu isanzure atari bimwe; kuko niba tuvuga ngo ahantu hamwe, tutazi ngo ni he, tukavuga ko intama nayo tutigeze tubona yaba yararishije ururabo cyangwa itararurishije.

Ngaho ubura amaso urebe mu kirere, maze wibaze ikibazo: intama yaba yararishije ururabo? Igisubizo ni yego cyangwa oya. Niwisubiza uzibonera neza ukuntu ibintu bihinduka.

Ikindi kandi, nzi neza ko nta muntu mukuru ushobora kumva uburyo ibi byose ari ingenzi!

Kuri njye, aha hantu ni ho heza ku isi ariko ni naho hateye agahinda habayeho. Nongeye kuhashushanga kugira ngo muhabone neza, aha ni ho icyo gikomangoma cyatungukiye kiza ku isi kandi ni naho cyanyuze gisubira aho cyari cyaravuye.

Ngaho itegereze neza aha hantu ku buryo uzahamenya nuramuka ugiriye urugendo mu butayu bwo muri Afurika. Nuramuka uhabonye, ndakwinginze ntuzihutire kugenda. Uzategereze kugera nijoro maze uhagarare munsi y'inyenyeri. Nubona umwana aje aseka agusanga, ukabona afite imisatsi irabagirana, ukumva ntagusubiza ibyo umubajije, uzamenye uwo ari we. Nibiramuka bibaye, ndakwinginze ntuzatindiganye kunyandikira umpumuriza umbwira ko yagarutse...

»Le Petit Prince« — Edition Tintenfaß

1	Malkuno Zcuro	Aramaic
2	Zistwar Ti-Prens	Morisien (Mauritian Creole)
3	Mały princ	Hornjoserbsce (Obersorbisch)
4	Amiro Zcuro	Aramäisch (Syrisch)
5	Der glee Prins	Pennsylfaanisch-Deitsch
6	Lisslprinsn	Övdalską
7	Y Tywysog Bach	Cymraeg (Welsh)
8	Njiclu amirārush	Armāneashti
9	Ķočnay Shahzada	Pashto (Afghan)
10	Daz prinzelîn	Mittelhochdeutsch
11	The litel prynce	Middle English
12	Am Prionnsa Beag	Gàidhlig (Scottish Gaelic)
13	Li P'tit Prince	Walon
14	Mali Kraljič	Na-našu (Molise Slavic)
15	De kleine prins	Drèents – Nedersaksisch
16	Şazadeo Qıckek	Zazaki
17	Dher luzzilfuristo	Althochdeutsch
18	Die litje Prins	Seelterfräisk (Saterfriesisch)
19	Di latje prins	Frasch (Nordfriesisch)
20	De letj prens	Fering (Nordfriesisch)
21	Chan Ajau	Maaya T'aan (Maya Yucateco)
22	El' Pétit Prince	Picard
23	Be þam lytlan æþelinge	Old English (Anglo-Saxon)
24	u principinu	Sicilianu
25	Ten Mały Princ	Wendisch (Dolnoserbski)
26	El Princhipiko	Ladino (Djudeo-Espanyol)
27	Ël Pëtit Prẽce	Picard borain
28	An Pennsevik Byhan	Kernewek (Cornish)
29	Lou Princihoun	Prouvençau (Provençal)
30	Ri ch'uti'ajpop	Maya *Kaqchikel*
31	O Prinçipìn	Zeneize (Genovese Ligure)
32	Di litj Prins	Sölring (Sylter Friesisch)
33	Al Principén	Pramzàn (Parmigiano)
34	Lo Prinçonet	Lemosin (Okzitanisch)
35	Al Pränzip Fangén	Bulgnaiṡ (Bolognesisch)
36	El Princip Piscinin	Milanese
37	El Principe Picinin	Veneto
38	Ke Keiki Ali'i Li'ili'i	'Ōlelo Hawai'i (Hawaiian)
39	Li p'tit prince	Lîdjwès (Liégeois)
40	Li P'tit Prince	Wallon central (d' Nameur)
41	Prispinhu	Lingua berdiánu
42	Lu Principeddhu	Gaddhuresu (Gallurese)
43	Te kleene Prins	Hunsrik (Brasil)
44	El mouné Duc	Beurguignon (Bourguignon)
45	Rey Siñu	Kriyol di Sicor (Kasamansa)
46	Tunkalenmaane	Soninke
47	•–•• • / •––• •–• •• –• –•–• •	Morse (Französisch)
48	Lu Principinu	Salentino
49	El Principén	Pesarese – Bsarés
50	De kläne Prinz	(Kur-)Pfälzisch
51	De kloine Prinz	Badisch (Südfränkisch)
52	Der kleine Prinz / Le Petit Prince	Deutsch / Französisch
53	De klääne Prins	Westpfälzisch-Saarländisch
54	Èl pètit Prince	Lorrain – Gaumais d'Vîrton
55	Der kleyner prints / Le Petit Prince	Yidish / Frantseyzish
56	Lè Ptyou Prinso	Savoyard
57	Al Principìn	Mantovano
58	Ţέɛlény Ţɔ̀kkwóɽɔny	Koalib (Sudan)
59	Ru Prengeparielle	Molisano
60	The Little Prince	English
61	Ol Principì	Bergamasco
62	De Miki Prins / Le Petit Prince	Uropi / Franci
63	Książę Szaranek	Dialekt Wielkopolski
64	Da Small Pitot Prince	Hawai'i Pidgin
65	[illegible]	Aurebesh (English)
66	Morwakgosi Yo Monnye	Setswana
67	El Little Príncipe	Spanglish
68	Kaniyaan RaajakumaaraH	Sanskrit
69	Er Prinzipito	Andalú
70	Lo Pitit Prinço	Patois Vaudois
71	Li juenes princes	Ancien français
72	De klaan Prìnz / Le Petit Prince	Stroßbùrjerisch / Frànzeesch
73	Igikomangoma mu butayu	Kinyarwanda
74	The Wee Prince	Scots
75	[illegible] / Le Petit Prince	Ancien égyptien / français
76	Le Pice Prinz	Ladin
77	Der klane Prinz	Wienerisch
78	Lo Pti Prins	Welche
79	Da klayna prints	Varsheva idish